நீசமாக எண்ணாதே

நீச்சலடிக்கக் கற்றுக்கொடு

பா.தென்றல்

இனிய நந்தவனம் பதிப்பகம்
எண்.17, பாய்க்காரத் தெரு, உறையூர், திருச்சி – 620 003.
பேச : 94432 84823
மின்னஞ்சல் : nandavanam10@gmail.com

நூற்குறிப்பு

நீசமாக எண்ணாதே

நீச்சலடிக்கக் கற்றுக்கொடு

ஆசிரியர்	பா.தென்றல்
முதற்பதிப்பு	நவம்பர் 2020
உரிமை	ஆசிரியருக்கே
பக்கம்	168
கணினி அச்சு	கனிஷ் கிராபிக், மதுரை.
அட்டை வடிவமைப்பு	ஆ.சு. கண்ணன், மதுரை
அச்சாக்கம்	ஏ.கே. பிரிண்டர், சென்னை.
வெளியீடு	இனிய நந்தவனம் பதிப்பகம், எண்.17, பாய்க்காரத் தெரு, உறையூர், திருச்சி - 620 003, தமிழ்நாடு, இந்தியா.
பேச	94432 84823
மின்னஞ்சல்	nandavanam10@gmail.com
விலை	ரூ. 150/-

NEESAMAKA ENNATHE NEECHALADIKKA KATRUKKODU

First Edition	November 2020
Author	Pa. Thendral
Number of Pages	168
Designed by	Kanish Graphic, Madurai.
Printed by	A.K. Printer, Chennai.
Published by	Iniya Nandavanam Pathippagam, 17, Paikkara Street, Woraiyur, Trichy - 620 003. Tamilnadu, India. Mob : 94432 84823 email : nandavanam10@gmail.com
Price	Rs.150/-
ISBN No	978-81-946682-3-7

சிங்கச் சவாரி செய்யும் தென்றல்

தனித்திருக்கின்ற வாழ்வியலை உலகம் முழுக்க ஏற்றுக் கொண்டிருக்கும் காலகட்டம் இது. இந்தப் பொழுதில் வாசிக்க நேர்ந்திருக்கும் கட்டுரைத்தொகுப்பு "நீசமாக எண்ணாதே, நீச்சலடிக்கக் கற்றுக் கொடு". எழுதியவர் பா.தென்றல்.

சிரியா தேசத்துக் கவிஞன் மர்வான் ஒஸ்மான் எழுதியிருக்கும் "நான் தனியன் இல்லை" என்ற கவிதை, இந்தக் கட்டுரைத் தொகுப்பிற்குப் பெரிதும் பொருத்தமாக இருக்கின்றது.

"வறண்ட கண்ணீர்த் துளிகள்
என் கண்களிலிருந்து வழிகிறது
அர்த்தமற்ற சொற்கள்
எனது நாவில் இருந்து எழுகிறது
கேள்விச்சொல்லணிகள்
எனது மூளையில் இருந்து உதிக்கிறது
அந்த வறண்ட கண்ணீர்த் துளிகளுக்காக

அந்த அர்த்தமற்ற சொற்களுக்காக
அந்தக் கேள்விச் சொல்லணிக்காக
இவற்றின் சார்பில் நான் பேசுகிறேன்
இல்லை நான் தனியன் இல்லை."

மானுடக் கூட்டத்தில் இருந்தாலும், ஒவ்வொரு பெண்ணும் தனியள் தான். தனித்திருப்பதை விரும்பும் அவள் தனிமைப்படுத்தப்பட்டதைத்தான் எதிர்த்தாள் என்பது, இத்தனை நீண்ட சமூக வரலாறு நமக்குச் சொல்வது.

வெறும் சதைக் கோளமாகத் தனிமைப்படுத்தப்பட்ட பெண், அறிவின் திசை தெரியாதவளாக ஆக்கப்பட்டுத் தனிமைப்படுத்தப்பட்ட பெண், தனக்கென மூச்சுக் காற்று இல்லாதவாறு தனிமைப்படுத்தப்பட்ட பெண், சூரிய விடியலே கிடைக்காத அடுப்பங்கரைக் கல்லறைக்குள் உயிர்ச் சமாதியாக்கப் பட்டுத் தனிமைப்படுத்தப்பட்ட பெண், கருவறை, கல்லறை இரண்டுக்குமாக மட்டுமே பெற்று, வளர்க்கப்பட்டுத் தனிமைப் படுத்தப்பட்ட பெண், மந்தை மந்தையாக மேய்க்கப்பட்டுத் தனிமைப்படுத்தப்பட்ட பெண், துள்ளிக் குதித்து ஓட முடியாமல், திருமணம் என்னும் பட்டிக்குள் அடைக்கப்பட்டு, தனிமைப் படுத்தப்பட்ட பெண், முலைப்பால் கவிச்சி வாசனையோடு மட்டுமே தனிமைப்படுத்தப்பட்ட பெண், கட்டிலின் கிறீச் ஒலி மட்டுமே காதுகள் கேட்குமாறு தனிமைப்படுத்தப்பட்ட பெண், இன்னும் இன்னும் உலகத்தின் கடைசி மூலை வரைக்கும் சமூக அழுத்தத்தின் கைப்பாவையான பெண்களுக்கான விடியல் வெளிச்சம் தென்றல் எழுதிய "நீசமாக எண்ணாதே, நீச்சல் அடிக்கக் கற்றுக் கொடு" தொகுப்பு.

எழுதிய தோழியின் பெயர் தான் தென்றல். இருபது தலைப்புகளும், இருபது புயல்களாக இருக்கின்றன. நுணுக்கமான கட்டுடைப்புகள், சனாதனங்களை வேரறுத்தல், கோணல் பார்வையை நேர் பார்வையாக ஒழுங்கமைத்தல் என்று பலப்பல களப்பணிகளை ஒற்றை நூலாகச் செய்திருக்கிறார் தோழர் தென்றல்.

நீளமான தலைப்பு, மௌனமான கருத்தியலைச் சொல்லுகிறது. இத்தனை ஆண்டுகளாகச் சமூகம் பெண்ணை

மௌனம் பேசப் பணித்தது. "ம்...", "ம்ஹீம்..." என்று ஒற்றைச் சப்தம் பேசப் பணித்தது. அல்லது மறுத்துப் பேச வாய்ப்பளிக்காமல் 'சரி' என்று மட்டுமே சொல்லப் பணித்தது.

அவ்வைப்பாட்டி "அறம் செய விரும்பு, ஆறுவது சினம்" என்று அஞ்சாறு வார்த்தைக்குள்ளாகவே ஆத்திசூடி முடித்தாள். ஆண்டாளோ "ஐயைந்தும் ஐந்தும்" பாடியவள்.

பாரதியார், பாரதிதாசனார், பெரியார், அம்பேத்கார் என்ற சமூகக் குரவர் நால்வரால்தான் பெண்களுக்கு வார்த்தைகள் கிடைத்தன. பெண்ணின் பஞ்சாரத்திலும் வார்த்தைகள் விதை நெல் ஆகின. அந்தப் பரவசத்தை நீளமான தலைப்பாக்கியிருக்கிறார் தென்றல்.

"சமூகமே! சொல்... என் நூலின் நீளத் தலைப்பை முழுதும் சொல்லி முடி" என்று இனிய பழி வாங்குதல் போலவும் தோன்றுகிறது. கூடவே மங்கலமாக, நல் வார்த்தையில் பெயர் வேண்டும் என்பதை முறித்துப் போடுகிறார் தென்றல். "நீசமாக" என்ற வார்த்தை சமூகத்துக்குள் சலசலப்பை, சங்கடத்தை, கொஞ்சம் அசூயையை உருவாக்கும் என்று ஒரு சிலர் சொல்லக்கூடும். அவர்களுக்கு ஒரு பதில் இருக்கிறது. தென்றல் வார்த்தையே வலி தருகிறது, சங்கடம் தருகிறது என்கிறீர்களே... அந்த அசூயையான, அவமானமான, அழுத்தமான, வெறுமையான, மனித மாண்பற்ற சூழலில் வாழ விடாமல், வெறுமனே இருக்கப் பணிக்கப்பட்ட மகளிர் எத்தனை வலி, வேதனை, சோதனை, நம்பிக்கையின்மை, நரகம் அனுபவித்திருப்பார்கள்? அதைத்தான் தலைப்பின் முதல் வார்த்தை அப்பட்டமாக வெளிப்படுத்துகிறது.

"பெண்ணே! நீயும் உன்னை நீசமாக எண்ணாதே, சக உயிரிப் பெண்ணுக்கு நீச்சல் அடிக்கக் கற்றுக் கொடு" என்று சொல்வதாகவும் அமைகிறது.

மிகச் சமீபத்தில் மகளிர் தின விழா ஒன்றில் நீதிபதி, காவல்துறை அதிகாரி, வருவாய்த் துறை அதிகாரிகளோடு நானும் கலந்து கொண்டேன். அந்தப் பணியில் இருக்கும் மூவரும் சொல்லி வைத்த மாதிரி ஒன்றைப் பேசினார்கள். "நான் இந்த உயர் பதவியை அடைய, திருமணத்துக்குப் பின்னும் படிக்க அனுமதி அளித்த என் கணவருக்கு நன்றி. இந்தப் பணியைத் தொடர அனுமதி அளித்த என் கணவருக்கு நன்றி" என்பதே அவர்களின் நன்றிக் குரலாக இருந்தது.

“இலட்சியங்களை அடைந்து விட்டு, அப்புறம் திருமணம் செய்து கொள்ளுங்கள். கணவர் தான் படிக்க வைத்தார், கணவர்தான் அனுமதி அளித்தார் என்பதான புதைகுழி 2020ஆம் ஆண்டு மாணவிகளுக்குத் தேவையா? உன் லட்சியம், உன் தோள் சுமக்க வேண்டும். வரன்கள் எப்போது வேண்டுமானாலும் வரும். வாழ்க்கை ஒருமுறைதான் வரும்” என்று முப்பதாயிரம் மாணவிகளை மடைமாற்றம் செய்தேன்.

அப்படி மடைமாற்றம் செய்யும் நூலாகத் தென்றல் எழுதியிருக்கிறார். நீச்சலடிக்க யாராவது ஒருவர் கற்றுத் தருவார் என்பதான காத்திருப்பும், தழைந்து, குழைந்து நிற்கும் உணர்வும் இல்லாமல், பெண்ணே! கிளம்பு! நீயே நீருக்குள் குதி! நீயே நீச்சலடி! ஒரு முறை உள்ளே மூழ்குவாய், மறுமுறை நீரை ஜெயித்து வந்து விடுவாய்! இந்த உத்வேகத்தை உள்ளூர், வெளியூர், வெளிநாடு கருத்தியலும், சாதனை மகளிருமாகச் சிங்கச் சவாரி செய்கிறார் தென்றல்.

பிடரி மயிர் சிலிர்க்க இந்தப் பெண் சிங்கம் கர்ஜிக்கிறது. வா மகளே...! உன்னை ஆரத்தழுவி, முத்தமிட்டு என் அட்சதைகள் தூவுகிறேன். நம் ஞானத் தகப்பன் பாரதி சொன்ன வாக்கு,

“வரகவிகள் வருவார்கள்...”

இதோ அந்த வரகவி தென்றல் என்பதாக....

வாழ்க! வெல்க மகளே... உன் எழுத்துப் பொறி கிளம்பி நீசங்கள் பொசுங்கட்டும்... வேசங்கள் நசுங்கட்டும். பெண் எழுத்து வெல்லட்டும்... தென்றலின் பெயர் ஊர் சொல்லட்டும்...

என்றும் அன்புடன்

கலைமாமணி கவிஞர்

ஆண்டாள் பிரியதர்ஷினி

29.03.2020
சென்னை

ALAGAPPA UNIVERSITY

Vallal Alagappar Valagam, Karaikudi - 630 003, Tamil Nadu, India.

(A State University Established by the Government of Tamil Nadu, Recognised by UGC)

Hony. Col. Professor **N. Rajendran**
Vice - Chancellor

அணிந்துரை

"நீசமாக எண்ணாதே நீச்சல் அடிக்கக் கற்றுக்கொடு" எனும் தலைப்பில் பெண்களுக்கான தன்னம்பிக்கை வளர்க்கும் 20 கட்டுரைகள் அடங்கிய தொகுப்பை நூலாகப் படைத்திருக்கிறார் கவிஞர் பா.தென்றல். இன்றைய பெண்கள் ஆட்டோ ஓட்டுநர் பணி தொடங்கி, விண்வெளி ஓடம் செலுத்தும் பணி வரை எல்லாத் துறைகளிலும் முதன்மை பெற்று வருகிறார்கள்.

பெண்கள் நல்ல கல்வியறிவோடு, தன்னம்பிக்கை, சுயமதிப்பு, சுய கௌரவம், விடா முயற்சி, துணிச்சல் எனப் பல கரங்களையுடைய சக்தியாக வலம் வருகின்றனர். இரும்புப் பெண்மணி மியான்மரின் ஆங்சாங் சூகி, அமைதிக்கான நோபல் பரிசு பெற்ற பாகிஸ்தானின் மலாலா போன்ற பிரபலங்களை மட்டுமல்லாது பெண்கள் விடுதியில் பணிபுரியும் நல்லம்மா, தன் வீட்டில் வேலை பார்க்கும் பொன்னழகு, சாலையில் கொய்யாப் பழம் விற்கும் தனலட்சுமி போன்றவர்களின் தன்னம்பிக்கை மிகுந்த வாழ்க்கையையும் இந்நூலில் நமக்குப் படம் பிடித்துக் காட்டுகிறார்.

பெண் எங்கிருந்தாலும், எத்துறையில் பணிபுரிந்தாலும், எந்நிலையில் தோற்றமளித்தாலும் பெண் என்று உடலால் மட்டுமே அடையாளப்படுத்தப்படுகிறாள். அவளுக்கும் உயிர், உள்ளம் இருக்கும் என்பதைப் பலரும் நினைத்துப் பார்ப்பதில்லை. நம் வீட்டுப் பெண்களும் நம் வாழ்க்கையில் வந்து போகும் பெண்களும் நமக்குப் பொக்கிஷங்கள் என்று உணரும் நிலை வரும் நாட்கள் வெகு தூரத்தில் இல்லை என்பதைத் தம் நூலில் நேர்மறையாக நிலை நிறுத்துகிறார். மேலும் பெண்களுக்குக் கருத்துச் சுதந்திரத்தை நடைமுறைப்படுத்துவோம் என்றும் நிர்வாகத்திலும், அரசியலிலும் பெண்களின் பங்களிப்பை ஊக்குவிப்பதை வரவேற்போம் என்றும் கூறுகிறார்.

பெண்கள் வாழ்வியல் பிரச்சினைகளைத் தகுந்த எடுத்துக்காட்டுகளுடன் உலகளாவிய பார்வையாக, தகுந்த இடங்களில் தகுந்த உதாரண நிகழ்வுகளை எடுத்துக் கூறித் தான் சொல்ல வந்த கருத்துகளை ஆணித்தரமாக இங்கே பதிவு செய்திருக்கிறார். ஒரு புறம் பெண்களின் வெற்றிப் பயணங்கள், சாதனைகள் என்று பட்டியல் நீள்கின்றது. மறுபுறம் பெண்களுக்கு இழைக்கப்படும் அநீதிகள், வேதனைகளின் பதிவாகவும் இந்தப் புத்தகம் விளங்குகிறது. பெண்களின் முன்னேற்றத்திற்கு வழிகாட்டும் விதத்தில் வெற்றி பெற்ற பலருடைய வாழ்வியலை நமக்குத் தக்க முறையில் விளக்கி எழுதியிருப்பது இந்த நூலின் சிறப்பாகும். இனிய நந்தவனம் இதழில் தொடராக வெளிவந்து தற்போது நூல் வடிவம் பெறுவது மிகுந்த பாராட்டிற்குரியது. இந்நூலாசிரியர் மேலும் மேலும் தன் படைப்பாற்றலை வெளிப்படுத்திப் பெண்கள் முன்னேற்றத்திற்கான எழுத்துப் பணியைத் தொடர வேண்டும் என வாழ்த்துகிறேன்.

(நா.இராஜேந்திரன்)

Ph. : 04565 225200 | Fax : 04565 225202 Mobile : 94980 57722, 94431 91277 | Email : vicechancelloralu@gmail.com

தோழியர் தென்றலின்
இலக்கிய முயற்சிகளுக்கும்...

கட்டுண்டு கிடக்கிறார்கள் பெண்கள். தங்களை விடுவித்துக் கொண்டு முன்னேறி சாதனையாளர்கள் ஆகிறார்கள். அப்படி சாதனை புரிந்த பெண்மணிகள் கட்டுகளிலிருந்து தங்களை விடுவித்துக் கொண்ட அனுபவங்கள் இதில். அந்த வகையில் நூற்றுக்கணக்கான பெண்களைப் பற்றிய பதிவாக இந்த நூல் இருக்கிறது. இலக்கியம் சார்ந்த சில முன்னெடுப்புகளும், முயற்சிகளும் சாதனை மூலமாகத் தோழியர் தென்றல் அவர்களின் நடவடிக்கைகள் பல ஆண்டுகளாகத் தொடர்ந்து கொண்டு இருக்கின்றன.

தாத்தாவின் திண்ணைப் பள்ளியினை விரிவாக்கி, 100 ஆண்டுகளுக்கு மேலாக கல்விப் பணி செய்து வரும் அந்தப் பள்ளியை நிர்வகித்து, அதில் ஒரு ஆசிரியையாகப் பணிபுரிந்து குழந்தைகளின் உலகத்தோடு எப்போதும் ஒன்றி இருப்பவர். அதைத்தவிர பள்ளி வகுப்பறையிலேயே ஒரு நூலகம் உருவாக்கியவர்.

வகுப்பறை நூலகத்தைப் பள்ளி மாணவ-மாணவிகள் மட்டுமில்லாமல் பெற்றோர்களும், இலக்கிய ஆர்வலர்களும் கூடப்

பயன்படுத்தும் விதமாக அதை ஒரு பொது நூலகம் ஆக்கியிருப்பதில் அப்படி ஒரு சாதனை செய்திருக்கிறார். சமீப காலங்களில் புதிய தலைமுறை, தினத்தந்தி, தினமலர், மலேசியப் பத்திரிகை மற்றும் முகநூலிலிருந்து அவரைப் பற்றித் தெரிந்து கொண்டபோது பெருமிதமாக இருந்தது.

திருப்பூரில் இருக்கும் பாண்டி நகர் தாய்த்தமிழ்ப் பள்ளியில் இப்படிப் பொதுமக்களுக்கும், ஆசிரியர்களுக்கும், மாணவர்களுக்கும் என்று பொதுவானதாக நூலகத்தை அமைக்கவேண்டும் என்று அப்பள்ளி தொடங்கப்பட்ட காலத்தில் எடுத்த முயற்சிகள் வெற்றி பெறவில்லை. ஆனால் அதே முயற்சியை ஒரு பெரிய சாதனை ஆக்கிக் கொண்டிருக்கிறார் தென்றல் அவர்கள்.

தொடர்ந்து இலக்கிய முயற்சிகளில் ஈடுபடுவதும், நேரத்தைச் செலவழித்து வெளியூர்க் கூட்டங்களில் கலந்துகொண்டு இலக்கியம் சார்ந்த உரையாடல்களில் பங்கு பெறுவதும், தென்றலை ஒரு முக்கிய எழுத்துப் பணியாளர் என்ற அளவில் உயர்த்தியிருக்கிறது. அவரின் ஆதர்சமாகப் பலநூறு பெண்மணிகள் இருந்திருக்கிறார்கள். அந்தப் பெண்மணிகளை எல்லாம் இந்த நூலில் அடையாளம் காட்டுகிறார். அவர்களெல்லாம் ஏதாவது ஒரு துறையில் சாதனை செய்தவர்கள்.

இலக்கியத்துறையில் சாதனையாளர்கள் பற்றிக் குறிப்பிடும் போது, இயல்பிலேயே அவர் மனம் குதூகலித்து விரிவாய் எழுதுகிறார். தங்களின் கூண்டுகளிலிருந்து பெண்கள் பறக்க முற்படுவதையும், சாதனை புரிவதையும் இந்தப் புத்தகம் சொல்கிறது. இலக்கிய நூல்களும், படைத்தவர்களும் ஒருபுறம் இந்த நூலுக்குப் பலம் சேர்க்கிறார்கள். தென்றலின் இலக்கிய முயற்சிகளுக்கு இந்த நூலும் ஒரு படிக்கல்லாக அமையும்.

சுப்ரபாரதிமணியன்
எழுத்தாளர்

28.05.2020
திருப்பூர்

கண்ணீர் துடைக்கும் என்னெழுத்து

உறவுகளே சிறகுகளாய் இளமை வானில் வட்டமடித்துக் கொண்டு, மகிழ்ச்சி மட்டுமே மனித வாழ்க்கையென்று மானாய்த் துள்ளியோடிக்கொண்டிருக்கும் ஒவ்வொரு பெண்ணுக்கும் பாய்ந்தோடும் வெள்ளநீரைத் தடுக்கும் மதகுகள் விதிக்கப் படுகின்றன. பலவித இன்னல்கள் அவளைச் சூழ்ந்து, சமூகத்தில் விரவிக்கிடக்கும் பெண்ணடிமைப் போக்குகளறிந்துகொள்ள வாய்ப்புகள் கிடைக்கின்றன. வாழ்க்கையின் மற்றொரு பக்கம் எடை மிகுந்ததாகிறது. அவளுக்கே அவளுக்கான அனுபவங்கள், வாழ்க்கைப் பயணத்தின் பல்வேறு திசைகளைக் காட்டுகின்றன.

சேட்டைகள் அதிகரிக்கும் போது மட்டும் தலையில் குட்டும் அப்பா, தினமும் இடித்துரைக்க அம்மா என்று எளிதில் கவலைகளற்றுக் கடந்து போனதென் இளமைப்பருவம். பெற்றோர் பார்த்து வைத்த நாள் முதலாய்க் காதலித்து, அத்தான் கைத்தலம் பற்றிய பிறகுதான் வாழ்க்கையின் இன்னொரு முகம் தெரிந்தது. தாலியெனும் மீச்சிறு அகல் விளக்கினைக் கையில் கொடுத்து, அமாவாசை இருட்டு வெளியினில் தள்ளி, பெருமழை, பேய்க்காற்று, பேரிடி என இடர்கள் பல தாக்கினாலும் முட்டி மோதியேனும் அத்தீபத்தை உயிரெனக் காக்கவேண்டும் என்று ஒவ்வொரு திருமணமான பெண்ணுக்கும் விதிக்கப்படுவது புரிந்தது. மலையுச்சியிலிருந்து பள்ளத்தாக்கினுள் குதித்ததைப்போல் இருந்தது சூழல். சுற்றிலும் ஓடுவது காவிரியோ வைகையோ அல்ல, அது கண்ணீர் நதி எனப் புரிந்து கொள்ளவே சில காலங்கள் ஆயிற்று.

ஐந்தாறு ஆண்டுகள் இப்படியே இருண்ட காலமாய், கண் மூடிய பூனையாய் நகர்ந்தன. "எல்லோரிடமும் விட்டுக்கொடுத்துப்

போம்மா" என்று கூறிய அப்பாவிடம் கேட்க முடியவில்லை, "தன்மானத்தையுமாப்பா?" என்று. அம்மா தீர்வு சொன்னார், "அறிவைப் பயன்படுத்திக் குடும்பம் பண்ணு; அழுவதை நிறுத்து" என்று. எதிர்பார்ப்புகளே ஏமாற்றம் தருகின்றன. பெண் எதிர்பார்ப்பைக் குறைத்துக் கொள்ளவேண்டும் என்று கற்பிக்கப்பட்டதையும் ஏற்றுக்கொள்ள இயலவில்லை..

அலசி ஆய்ந்ததில், தீர்வு என்பது எனக்குள் தான் இருக்கிறது என்று கண்டுகொண்டேன். இந்த நேரத்தில் தான் எழுதுகோலைக் கையிலெடுத்தேன்; அதனையே ஓர் ஒளிப்படக் கருவியாகக் கொண்டு, என்னைச் சுற்றிலும் இந்தச் சமூகத்தில் பெண்கள் படும் பாட்டினைப் படம் பிடித்துக் காட்ட ஓர் உத்வேகம் எழுந்தது. காலையில் எழுந்தது முதல், இரவில் அயர்ந்து தூங்கும் வரை வீட்டு வேலைகள் காலைச் சுற்றிக்கொண்டதால், எழுதும் ஆசை கொழுந்து விட்டெரிந்த போதும், பணி ஓய்வுக்குப் பிறகுதான் எழுத்துப் பணி என்றென் உள்ளக்கிடக்கையைத் தள்ளி வைத்தேன்.

இவ்வேளையில்தான் முகநூலில் பல ஆண்டுகளாக நட்புச்செய்த கவிஞர் நந்தவனம் சந்திரசேகரன், தனது மாத இதழுக்காக ஒரு கட்டுரை எழுதச் சொன்னார். மிகுந்த தயக்கத்துடனே எழுதி அனுப்பினேன். 2017, ஜனவரி மாத "இனிய நந்தவனம்" என் கைக்குக் கிடைத்ததும் பேரதிர்ச்சி. எனது கட்டுரை வெளியிடப்பட்டு, 'புதிய தொடர்' என்று குறிப்பிடப்பட்டிருந்தது. நான் அச்சத்துடன் அலைபேசியில் உசாவியதற்கு, "கட்டுரைக்கான அமைப்பு, பள்ளி மாணவர்களுக்கு எழுதுவதைப் போல் இருந்தாலும், அதில் நிறைய செய்திகள் சொல்லப்பட்டு இருக்கின்றன என்பதால் வெளியிட்டோம்; தொடர்ந்து எழுதுங்கள்" என்று கூறிவிட்டார். அவர் தந்த இந்த வாய்ப்பும் நம்பிக்கையுமே என்னைத் தொடர்ந்து எழுத வைத்தன.

கட்டுரைத் தலைப்பும் உள்ளடக்கமும் என் தெரிவுகள். ஆனால் தரத்தில் என்றும் எவ்விதத்திலும் சமரசம் இல்லை. மூன்றாவது மாதம் நான் அனுப்பிய கட்டுரை, சுவரிலடித்த பந்தானது. குழந்தைகள் தினவிழாவிற்கு எழுதியது போலுள்ளதென நிராகரிக்கப்பட்டது. அதன் பிறகுதான், மிகுந்த கவனத்துடனும், முழு ஈடுபாட்டுடனும் எழுதத் தொடங்கினேன்.

பெண்ணைப் பாடுபொருளாகக் கொண்டு, காவியத் தலைவியாக வரித்து, எத்தனை வகை இலக்கியங்கள் படைக்கப் பட்டுள்ளன! ஆயினும் இன்றைய சமுதாயத்தில் பெண்களின் உண்மை நிலை என்ன? அவர்களுக்குரிய மரியாதை யாது?

அவர்களுக்கான இடம் எது? அவர்களின் சுயமும், தன்மதிப்பும், தேடலும் என்னவாயிற்று? அவர்களது சொந்த விருப்பு வெறுப்புகள் குடும்பக் குப்பைக்குழிக்குள் போடப்பட்டு, மக்கிப் போய்க் கொண்டிருக்கின்றன. அதற்காகக் குடும்ப அமைப்பு தேவையில்லையென்று கூற வரவில்லை நான். குடும்பத் தலைவியெனும் வெற்றுச் சொல், வேர்ச்சொல்லாக வேண்டுமென்று கூறுகிறேன்.

படி தாண்டாப் பத்தினியென்று சொல்லிச்சொல்லியே வளர்க்கப்பட்ட பெண்கள் இன்று பூமியைத் தாண்டியும் பறந்து சாதித்து வருகிறார்கள். அவர்களைப் போற்றாவிடினும் தாழ்வில்லை, தூற்ற வேண்டாம் என்று இந்தச் சமூகத்திற்குக் கோரிக்கை வைக்கிறேன்; ஆணினத்திற்கென்று மட்டும் சொல்லவில்லை. பெண்களுக்கும் சொல்ல வேண்டியதிருக்கிறது. தம் அருமை, பெருமை, தகுதிகள், வலிமையைப் பெண்களும் உணர வேண்டும். முன்னேறும் பெண்ணின் காலைப் பிடித்துக் கீழே இழுக்கும் தவளை மனப்பான்மையும் களையப்பட வேண்டும். இன்றைய பெண்கள் கண்ணீர் வடிக்க அல்ல, பிறவிப் பெருங்கடலில் நீந்தவும், கடக்கவும் கற்றவர்கள் என்பதை அனைவரும் தெரிந்துகொள்ள வேண்டும்.

பெண் எதை எழுதினாலும் அது அவளின் சொந்த அனுபவமோ என்று துளைக்கும் கழுகுக் கண்களுக்காக, எனது வாழ்க்கையில் நிகழ்ந்த சிலவற்றையும் வெளிப்படையாகக் கோடிட்டுக் காட்டியிருக்கிறேன். நான் அறிந்த, சந்தித்த, கேள்விப்பட்ட, பழகிய பல பெண்களின் போலி வாழ்க்கை என்னை அதிர்ச்சியடைய வைத்தது. அவர்களின் போராட்டங்களையும் பதிவு செய்திருக்கிறேன். முடியாட்சி செய் கணவர்கள் கைக் கொடுங்கோலையும் பிடுங்கி எறிய முயற்சி செய்திருக்கிறேன். அதே சமயத்தில் சாட்டை வீசாது, மயிலிறகால் வருடியிருக்கிறேன். நட்புடன் துணை வரவும் கோரியிருக்கிறேன். சில சிக்கல்களுக்குத் தீர்வுகளையும் நேரடியாக அல்லது மறைமுகமாக முன் வைத்திருக்கிறேன். சமூகம்தான் விடை சொல்ல வேண்டும். எனவே, இது குறிப்பிட்ட ஒரு சாராருக்கு எழுதப்பட்டதன்று. ஆண்களும், பெண்களும், மாணவச் செல்வங்களும் படித்து உண்மை நிலை உணர்ந்து சமூக மாற்றத்தைக் கொணர வேண்டிய நூலாக மலர்ந்திருக்கிறது.

கவலைப் பனித்துளிகளைப் பேனாவிலடைத்து, எழுத்து விண்மீன்களை உதிர்க்கிறேன்; நகரும் மேகக்கூட்ட வாழ்க்கையைக் காகிதமாக்கி, காளிங்க நர்த்தனமாடுகிறேன். கண்ணீரைத் துடைத்தெறிந்து, கட்டுறுதி வளர்க்கிறேன். சுயம்புவாய்ப் பெண்கள் எழுந்து வர ஆசைப்படுகிறேன். மெய்ப்பட வேண்டும் என்ற அவாவுடன் கனவுகளில் மிதக்கிறேன், நானொன்றும் பேராசைக்காரியல்ல. ஆனால் பெருநம்பிக்கைக்காரி. வேண்டும் பெண்ணுரிமையும், ஆண் பெண் சமத்துவமும் விரைவில் கிட்டட்டும்.

அச்சிலேறும் முன்பே எனக்குத் தெரியாமல் கணினியில் படித்து என்னை ஊக்குவித்த என் காதற்கணவருக்கும், எனதன்புக் குழந்தைகளுக்கும் அன்பான முத்தங்கள். அழகு தமிழில் புனைபெயரனைய இயற்பெயர் சூட்டிய எனதன்னை கோ.ஆனந்தா மற்றுமென் சகோதரிகள் நால்வருக்கும் மனமார்ந்த நன்றி. எழுபத்து நான்கு வயதிலும் என் கட்டுரைகளை முழுமையாகப் படித்து, வடசொற்களைக் குறிப்பிட்டுக் காட்டி, இணையான தமிழ்ச் சொற்கள் எடுத்தெழுதி உதவி புரிந்த, தேசிய நல்லாசிரியர் (தமிழாசிரியை ஓய்வு), திருவாரூர், இருப்பு பட்டீச்சுவரம், என் பெரியம்மா திருமதி.ந.இராசேசுவரி அவர்களுக்குத் தலை தாழ்த்தி நன்றி.

சிறப்பாக இந்நூலை வடிவமைத்துக் குறித்த காலத்தில் வெளியிட உதவிய பதிப்பாசிரியர் நந்தவனம் சந்திரசேகரன் மற்றும் என் கட்டுரைகளின் முதல் வாசகரான அவரது தாயார் திருமதி.சின்னம்மாள் அவர்களுக்கும் உளமார நன்றியைத் தெரிவித்துக் கொள்கிறேன். கணினி இதழ் வடிவமைப்பாளர் மதுரை கனிஷ் கிராபிக் கண்ணனுக்கும் நன்றி.

இந்நூலை இக்கணம் படித்துக் கொண்டிருக்கும் நல்ல உள்ளத்திற்கு வாழ்த்துகள்.

இலட்சிய ஆசிரியர் **பா.தென்றல்**,
டி.டி.எட்., எம்.ஏ., பி.எட்., எம்.ஃபில்,
அலைபேசி எண் : 94871 08651
மின்னஞ்சல் : thendralbala2011@gmail.com

07.09.2020
காரைக்குடி

இலக்கியத் தளத்தில் நட்புப் பயணம்

திறமையாளர்கள் அங்கீகரிக்கப்பட வேண்டும் என்பது, எனக்கான கோட்பாடுகளில் முதன்மையானது. எண்ணம், செயல் இரண்டிலும் ஒரே நேர்கோட்டுப் பாதையின் வழி நடப்பவர்கள் சிறந்த மனிதர்களுக்கான அடையாளத்தைப் பெறுகிறார்கள். அப்படியான ஒரு சிறந்த மனுசிதான் கவிஞர் பா. தென்றல்.

புத்தக வாசிப்பில் தீராத பசியும், அக்கறையும் கொண்ட இவருக்குள் ஒரு படைப்பாளியும் எட்டிப் பார்த்துக் கொண்டே இருந்த வேளையில், 2017ஆம் ஆண்டு 'இனிய நந்தவனம்' ஜனவரி இதழுக்காக ஒரு கட்டுரை எழுதித் தாருங்கள் என்றேன். பெண்ணிய விழிப்புணர்வுக்கான கட்டுரையாக இருக்க வேண்டும் என்ற எனது எதிர்பார்ப்பையும் முன்வைத்தேன்.

எழுத்துத் தளத்துக்குப் புதியவர், எப்படி எழுதுவாரோ? என்ற எனது தயக்கத்தை உடைத்தெறிந்து, தேர்ந்த படைப்பாளியின் நேர்த்தியும், கருத்தியலும் கொண்ட ஒரு கட்டுரையை என்னிடம் நீட்டினார்.

இவருக்குள் இப்படியொரு படைப்பாளுமையா? என்ற வியப்புடன், தொடர்ந்து எழுதுங்கள் என்றேன். இரண்டு

வருடம் இனிய நந்தவனத்தில் தொடராக வெளிவந்த கட்டுரைகளின் தொகுப்பே நூலாகத் தற்போது வெளிவந்திருக்கிறது.

கிடைத்த வாய்ப்பைச் சரியாகப் பயன்படுத்திக் கொள்ள வேண்டும் என்ற தேடல், ஒவ்வொரு கட்டுரையிலும் காணமுடிந்தது. தன்னைச் சுற்றிய துயரங்கள், எதிர்பார்ப்புகள், ஏளனங்கள், நம்பிக்கைகள் இப்படித் தனது அகம் சார்ந்த எண்ணப் பதிவுகளோடு, புறம் சார்ந்த கருத்துகளையும் கலவையாக்கி, பெண்ணிய விழிப்புணர்வுக்கான எழுத்துகளில் தகிக்கும் கனலை வாசிக்கும்போது உணர முடியும்.

இவரது முந்தைய நூலான 'உயிர் பருகும் மழை' என்ற கவிதை நூல் மூலமாக, சிறந்த கவிஞர் என்ற பரிணாமம் பெற்று இருப்பதைப் போல, "நீசமாக எண்ணாதே, நீச்சல் அடிக்கக் கற்றுக் கொடு" என்ற இந்தக் கட்டுரை நூலும் சிறந்த படைப்பாளி என்ற அடையாளத்தைப் பெற்றுத் தரும் என்று நம்புகிறேன்.

கவிஞர், கட்டுரையாளர் என்ற அங்கீகாரத்தோடு இனிய நந்தவனத்தின் இணை ஆசிரியராக இருந்து, பத்திரிகையாளர் என்ற பொறுப்புணர்வோடு இவர் என்னோடு பயணிப்பதை எண்ணிப் பெருமைப்படுகிறேன். இலக்கியத் தளத்தில் நட்பின் புரிதலோடு பல இலக்கிய நிகழ்வுகளுக்குத் துணையாய் நின்று, சர்வதேச அடையாளம் பெற்ற எழுத்தாளராய் மிளிரும் அன்புத் தோழி பா.தென்றலின் எழுத்துப் பயணத்திற்கு நானும் சிறு அணிலாய் இருப்பதும் பெருமையே!.

நந்தவனம் சந்திரசேகரன்,

பதிப்பாசிரியர்.

21.08.2020
திருச்சி

அப்பாவிற்கு...

கண்பாவை யென்னை இமையெனக் காத்திடும்
எண்ணெழுத் தோதித் துணிவூட்டி - எண்ணமதில்
நேர்மைதான் பூண்டுமிக வாழ்கின்ற கல்விமான்
சீர்மைசால் ஊர்நலம்காப் பார்.

திரு. **வே.பாலசுப்பிரமணியன் (பாலு சார்)**,
முன்னாள் செயலர் மற்றும் தலைமையாசிரியர்,
ஸ்ரீகார்த்திகேயன் உதவி பெறும் தொடக்கப் பள்ளி,
காரைக்குடி.

பொருளடக்கம்

#		
1.	வாழும் காலத்தில் அங்கீகாரம்	19
2.	ஐந்து பெற்றால் ஆண்டியா?	26
3.	சமுதாயத் தராசுகளின் முள்களாய்	35
4.	தி.பி. காலம்	43
5.	யாருக்காக மகளிர் தினம்?	51
6.	இருந்தாலும் இறந்தாலும்	60
7.	தொல்லைத் தளங்கள்	68
8.	முடமில்லை தனித்து நில்	75
9.	வாழ்க்கைக் கோப்பையில் மதுவும் மாதுவும்	80
10.	பாராட்டமாட்டேன் அனிதாவை	86
11.	புரிந்து கொள்ளுதலே முதல் படி	91
12.	ஒருவர் பொறை இருவர் இல்லறம்	98
13.	காதலா? காமமா?	105
14.	தாயின் பெயரும் சதியென்ற நாமமும்	111
15.	நீசமாக எண்ணாதே நீச்சலடிக்கக் கற்றுக்கொடு	119
16.	வாழ்க்கையைப் புரட்டும் நெம்புகோலாய்	127
17.	நனைந்து சுமக்கும் கழுதைகள்	134
18.	கடக்க வேண்டும் கட்டமைப்பை	142
19.	வட்டத்திற்குள் சிக்கிய ஆணினம்	151
20.	பெண்மை வெல்ல வேண்டும்	158

நன்றி

கவிஞர் **தங்கம் மூர்த்தி**

முனைவர் **சுவாமிநாதன்**

முனைவர் **இரா.வனிதா**

இலட்சிய ஆசிரியர் **சேவு.முத்துகுமார்**

முனைவர் **செந்தமிழ்ப்பாவை**

காதி **சுசீலா கணேசன்**

கவிஞர் **தமிழ்மதி நாகராஜன்**

ஆசிரியப் பயிற்றுநர் **அறிவழகன்**

பட்டிமன்றப் பேச்சாளர் **சாத்தை பாரதிதாசன்**

தஞ்சை **என்.ஜே.கந்தமாறன்**

தேவி சண்முகம்

மெர்சி ஆண்டனி

ஆனந்தி முத்துகுமார்

ஆசிரியர்கள்

ச.ஜெயபாரதி, / சி.கிருஷ்ணவேணி, / சா.டென்சிங் அருள்ராஜ், க.திலகராணி, / கோ.வசந்தா, / மு.கலைச் செல்வி, பா.அமுதா, / கு.மதுரா, / செ.ராமு.

1

வாழும் காலத்தில் அங்கீகாரம்

"பெண்ணுக்கு ஞானத்தை வைத்தான்" என்று கூறிய பாரதி தொடர்ந்து, "பெண்கள் அறிவை வளர்த்தால் - வையம் பேதைமை யகற்றிடுங் காணீர்" என்றான். இன்று இது நடக்கிறது, நன்றாகவே நடக்கிறது. இன்றைய பெண்கள் கல்வியறிவோடு தன்னம்பிக்கை, தன் மதிப்பு, சுயகௌரவம், விடா முயற்சி, துணிச்சல் என எண்ணிறந்த கைகளைக் கொண்டு புத்துலகத் துர்க்கைகளாகப் பூமியில் வலம் வருகிறார்கள்.

பிரியா ரவிச்சந்திரன்

சபியா ஃபெரோசி

அண்மையில் நடந்த வர்தாப் புயலின் ஊழித் தாண்டவம் நம் சிங்காரச் சென்னையின் பசு மரங்களையெல்லாம் சுழற்றிச் சாய்த்துச் சென்றது நாம் அனைவரும் அறிந்ததே. மீட்பு நடவடிக்கையாய் அந்த மரங்களகற்றும் பணியிலும் ஒரு பெண் புயல், (தீயணைப்புத்

துறை இயக்குநர்) பிரியா இரவிச்சந்திரனின் விரைவு நடவடிக்கைகள் பாராட்டத்தகுந்தவை. தரையில் மட்டுமல்ல, வான்வெளியிலும் பெண்கள் சூறாவளியாய்ச் சுற்றிச் சுழன்று பணிபுரிவோம் என்று மெய்ப்பித்து வருகிறார் சபியா ஃபெரோசி என்ற ஆஃப்கானிஸ்தான் நாட்டு விமானப்படை விமானி. எந்த ஒரு தொழிலையும், கலையையும் பெண்களாலும் கற்றுக்கொள்ள முடியும் என்பதற்கு இருவருமே அண்மைச் சாட்சிகள்.

ஆயுதப்படை சிறப்பு அதிகாரச் சட்டத்தை நீக்கக் கோரிப் பத்தாண்டுகளுக்கும் மேலாக உண்ணாவிரதப் போராட்டம் நடத்தி வரும் மணிப்பூரின் இரோம் ஷர்மிளா; இராணுவ எதேச்சாதிகாரத்தை எதிர்த்து மக்களாட்சி மலரப் பதினைந்து ஆண்டுகளாகச் சிறையிலடைபட்டுப் போராடி வெற்றி பெற்ற மியான்மாவின் இரும்புப் பெண்மணி ஆங் சாங் சூகி; தலிபான்களால் சுடப்பட்டு, உயிர்பிழைத்து, பெண்களின் கல்வி உரிமைக்காகப் போராடி வரும் பாகிஸ்தான் சிறுமி மலாலா போன்ற பெண் தங்கங்களெல்லாம் சிங்கங்களாக முழங்கி வருகின்றனர் இன்று.

மலாலா இரோம் ஷர்மிளா ஆங் சாங் சூகி

அலைச்சறுக்கல் முதல் 2டி அனிமேஷன் வரை, போட்டோ கிராபி முதல் போர்விமானி வரை, டீ மாஸ்டர் தொடங்கி டேட்டா பேஸ் வரை, ஆட்டோ ஓட்டுநர் தொடங்கி விண்வெளி ஓடம் வரை எனப் பெண்கள் கால் பதிக்காத துறையே இன்று இல்லை. உலக அளவில் மகளிரின் வாழ்வில் நல்ல மாறுதல்கள் ஏற்பட்டு வருகின்றன. இந்த மாற்றங்களுக்கு இடையிடையே பல நிலைகளில் பெண்கள் தடுமாறித் தளர் நடையிட்டு, புதிய புதிய அறிவும் ஊக்கமும் பெற்று முன்னேறி வர வேண்டியதிருக்கிறது.

நீசமாக எண்ணாதே நீச்சலடிக்கக் கற்றுக்கொடு

தலைவாரிப் பூச்சூட்டிப் பெண்ணைப் பாடசாலைக்குப் போ என்று அன்னை அனுப்பும் கலாசாரம் மாறுகிறது. வெட்டிவிடப்பட்ட கூந்தலும், வளையலணியாத கைகளும், கொலுசு வருடாத கால்களுமாய்ப் பெண் குழந்தைகள் பள்ளிக்குச் செல்கின்றனர். ஆனாலும் மலை வாழையாம் கல்வியைப் பெறுவதில் எந்த விட்டுக்கொடுத்தலும் இல்லை, கூடவே எத்தனையெத்தனை எதிர்ப்புகள், தடைக்கற்கள், ஆபத்துகள்! நாகரிக ஓநாய்களும் சதைத்தின்னிக் கழுகுகளுமாய்ச் சில மனித விலங்குகள் வாய்ப்பேற்படுத்திக்கொண்டு குழந்தைகளின் பெண்மையையும் சூறையாடத் தயாராக இருக்கின்றன.

அதனால்தான் யுனிசெஃப் சிறுவர் நிதியத்தின் புதிய சர்வதேச நல்லெண்ணத் தூதுவராக அண்மையில் நியமிக்கப்பட்ட நடிகை பிரியங்கா சோப்ரா, "வன்முறைகளால் பாதுகாப்பற்று இருக்கும் சூழல் உலகம் முழுவதும் இருந்து வருகிறது. ஒடுக்கப்பட்ட குழந்தைகளுக்காக எல்லோரும் குரல் கொடுக்க வேண்டும்" என்று இவர் குரல் கொடுக்கிறார்.

உலகம் படிப்படியே இத்தகு கொள்ளை நோயுடனே முன்னேறி வருகிறது. டாக்டர் மு. வரதராசனார் கூறியதுபோல், அதன் முன்னேற்றத்தை உணராத காரணத்தால் சிலர் முற்போக்கை எதிர்க்கிறார்கள். அவர்களுக்கெல்லாம் கல்வி, வீரம், புகழ் என அனைத்திற்கும் கடவுளாய் வணங்கப்படும் பெண்கள், கலைமகளாய், திருமகளாய், காளியாய் வழிபாட்டறையில் படங்களாக மட்டுமே தொங்கிக் கொண்டிருக்க வேண்டும்.

பிரியங்கா சோப்ரா

நாயக்க மன்னர்கள் காலத்துத் தேவதாசிகளாகவும், சோழர் காலத்துத் தேவரடியார், பதியிலார்களாகவும் இந்தக் கால மகளிரும் இருக்க வேண்டும். குடும்பப் பொருளாதாரம் உயரப் பாடுபட வேண்டும்; குழந்தை வளர்ப்பில் தொலைநோக்குப் பார்வையும், சமூகப் பார்வையில் துணிவும் கொண்ட மகளிராக இருக்க வேண்டும். ஆனால் பல கணவன்மார்களைப் பொறுத்தவரை மனைவிகள் தாமாக விரும்பி ஏற்றுக் கொண்ட அடிமைத்

தனத்துடன் வாழ வேண்டும் என்ற எதிர்பார்ப்புதான் மேலோங்கி இருக்கிறது.

“இந்த உலகிற்கு நான் புதிதாக எதையும் கற்பிக்கவில்லை; உண்மையும் வன்முறையின்மையும் மலைகளைப் போல் பழைமையானவை” என்கிறார் காந்தியடிகள். இன்றைய பெண்களுக்கு ஆணாதிக்க ஆண்களிடமிருந்து தேவைப்படுவதும் இவையே. இடியுண்ட மயில் போலத் துயருண்ட மாதவிகளாகத் தான் பெண்களின் குடும்ப வாழ்க்கை, வெளிச்சத்திற்குள் மறைந்து கிடக்கும் இருட்டாய்த் தொடர்கிறது.

இள வயதுப் பெண்ணொருத்தி, இலங்கையிலிருந்து வான் வழியாகத் தனியாகச் சிங்கப்பூருக்கு வருகிறாள். அங்கே இணையதளத் தேடல் வாயிலாக இடம் கிடைத்த, தனக்குப் பிடித்த கல்லூரி ஒன்றில் சேர்கிறாள். ஒரு வீடு வாடகைக்கு எடுத்துத் தங்கிப் படித்து வருகின்றாள்.

இதைக் கவனித்த அண்டை வீட்டுத் தமிழ் அண்ணாச்சி ஒருவர், எல்லாவற்றையும் எப்படிச் சமாளிக்கிறாய்? உனக்குப் பயமாக இல்லையா? வேறு தொந்தரவுகள் ஏதும் இல்லையா? என்று கேட்கிறார். சற்றும் தாமதிக்காமல் வில்லினின்று சீறிப் புறப்பட்ட அம்பாகப் பதில் வருகிறது, ‘என் ஆடையும், பேச்சும் சரியாக இருக்கும் வரை எனக்கு எந்தப் பிரச்சினையும் இல்லை’ என்று. கிட்டத்தட்ட ஆறாண்டுகளுக்கு முன்பிருந்த நிலைமை இது.

பெண்கள் எந்தவித எதிர்மறைத் தூண்டலையும் சட்டை செய்யாத வரை, சமூகத் தீவினைகளுக்குத் துலங்கல்கள் இல்லாமல் போனது. ஆனால் இன்றோ நிலைமை தலைகீழாகி விட்டது. தொடர்ந்து வரும் தொல்லையைத் திரும்பியே பார்க்கா விட்டாலும், குருதி பீறிடத் தேவாலயத்தில் வெட்டிச் சாய்க்கப்படுகிறாள்; கதறக்கதறத் தொடர் வண்டி சந்திப்பில் வெட்டி வீழ்த்தப்படுகிறாள்; சதை கொப்பளிக்க முகத்தில் தீயாய் அமிலம் கொட்டப்படுகிறாள்.

பாதிக்கப்பட்ட பெண்கள் இப்படிப்பட்ட பெரும் பாவங்களையும், எதிர்பாராத துன்பங்களையும் சந்தித்து மாண்டு போனாரே தவிர, போரிட்டு எதிர்த்து வெற்றிபெற முடியவில்லையே. ஆறறிவினும் குறைந்த உயிரினங்கள் கூட

நீசமாக எண்ணாதே நீச்சலடிக்கக் கற்றுக்கொடு | 23

ஆபத்துக் காலத்தில் தம் உயிரைக் காப்பாற்றிக் கொள்கின்றனவே. ஆனால், பெண்கள்? இன்னும் இதே புதைமணல் பாதையில் தானே பயணித்துக் கொண்டு இருக்கிறார்கள்? எப்போது நாம் எதிர் நீச்சல் போடக் கற்றுக் கொடுக்கப் போகிறோம்?

பெண்கள் படும் வெந்துயர் கண்டு மனம் நொந்து, கொல்லன் ஊதுலை போல் விட்டுவிட்டுப் பெருமூச்செறிகின்றேன் நான். பெண்ணை எப்படியெல்லாம் பாராட்டுகிறது இந்த உலகம் தெரியுமா? அன்று ராஜாஜி ஹாலில் அவமானப் படுத்தப்பட்டவர், இன்று அதே இடத்தில் தேசியக்கொடி போர்த்தப் பட்டு, முழு அரசு மரியாதையுடன் இறுதி ஊர்வலம் போகிறார்.

ஜெயலலிதா

இது உண்மைச் செய்தியே தவிர, இது எந்த வகையில் 2016இல் மறைந்த முதல்வர் ஜெயலலிதாவுக்கான பாராட்டாக இருக்க முடியும்? வாழுகின்ற காலத்தில் அல்லவா ஏற்றுக்கொள்ளக் (அங்கீகாரம்) கேட்கின்றோம்? இறந்த பிறகு நறுமணப் பூக்களாலும் நல்ல தமிழ்ப் பாக்களாலும் அர்ச்சனை செய்தாலும், நடுவீட்டில் கண்ணாடிக்குள் அடைத்து வழிபாடே செய்தாலும் பயன் என்ன? வாழு! வாழ விடு! என்றுதான் மன்றாடுகின்றோம்.

அன்று பாரதி சொன்னான், "கற்பு நிலையென்று சொல்ல வந்தார் இரு கட்சிக்கும் அஃதைப் பொதுவில் வைப்போம்" என்று. இன்றுவரை இது கனவுதானே? எழுத்துச் சித்தர் பாலகுமாரனும் ஒரு புதினத்தில் சொல்வார், தன் மனைவியைத் தவிர வேறு எந்தப் பெண்ணின் முன்பும் வேட்டி நெகிழவே வெட்கப்படுகின்றவன் தான் உண்மையான ஆண்மகன் என்று. இதுவும் அவருடைய ஏட்டளவில் மட்டுமே. ஒரு பக்கம் குடும்ப பாரமும் மறு பக்கம் வேலைச் சுமையும் என்று மத்தளத்தின் இரு பக்கமும் அடி வாங்கும் பெண்கள் இன்று ஏராளம்.

ஊடகங்களுக்கு வரும் செய்திகளிலோ, வலுவிழந்த பெண்களின் வாழ்க்கை மீண்டும் மீண்டும் சளைக்காமல் துரியோதனத் துகிலுரிதலுக்கு ஆட்படுகின்றது. மீட்கத்தான் எந்தக் கண்ணனும் அவதாரம் எடுத்து வருவதில்லை: நோகடிக்காமலாவது இருக்கலாமே. இன்று பரிதவிக்கும் பெண்களின் பாவங்களை அப்பட்டமாக எழுதுவதில்தான் பலருடைய எழுது கோல்களில் மை செலவாகின்றது.

இது போதாதென்று தொ(ல்)லைக் காட்சி நாட்டாமைகள் வேறு! நடு வீட்டிற்குள் நுழைந்து சொகுசான சோபாக்களில் உட்கார்ந்து, அறைக்குள் நடந்த அந்தரங்கத்தை எல்லாம் அரங்கில் பேசி, நார்நாராய்க் கிழித்துத் தூக்கில் தொங்க விடுகிறார்கள். கசாப்புக் கடைகளிலா ஆடுகளுக்கு நீதி கிடைக்கும்? பாப்பரஸிகளின் துரத்தலால் எழிலரசி டயானா பட்டபாடு அறிந்தும் எதையும் உணரவில்லை இந்த அப்பாவிப் பெண்கள்.

பெண் முன்னேற்றம் பற்றிக் கனவு கண்ட பெருமக்கள் பாரதியாரும், பெரியாரும். கொளுந்து விட்டெரியும் நெருப்பில் தள்ளிக் கொல்லப்படும் கொடிய 'சதி'யிலிருந்து கைம்பெண்களைக் காப்பாற்றிய பெருமகனார் இராஜாராம் மோகன்ராயும் பெண் விடுதலை வேண்டினர் அன்று. பெண்கள் சிந்தனையில், கல்வியறிவில், தொழில் நுட்பத்தில் வளர வேண்டுமெனில், காற்றில் கரைந்து விடக்கூடாது, கனவாய் மெய்ப்பட வேண்டும்; புத்தக அறிவு மேம்பட வேண்டும் என்று இன்று கூறுகிறார் எஸ் ஆர் நாதன்.

இவர்களின் பெரு முயற்சிகளையும் கனவுகளையும் நாம் போற்றிப் பாதுகாக்க வேண்டும். பெண் முன்னேற்றம், சமஉரிமை, சொத்தில் பங்கு, முப்பத்துமூன்று விழுக்காடு ஒதுக்கீடு என்றெல்லாம் மேடைபோட்டு, ஒலிபெருக்கியைக் கைப்பிடித்துக் குரல் கொடுத்துக்கொண்டு, ஆர்ப்பாட்டத்திற்கும் ஊர்வலத்திற்கும் மட்டுமே பெண்களை அழைக்காதீர்கள். கியூபக் கவிஞன் ஒருவன் சொல்கிறான், "செய்தல் என்பதுதான் சிறந்த சொல்" என்று. எனவே, பெண்களுக்கு 100 விழுக்காடு கல்வியறிவு கொடுங்கள்.

வருங்காலத்தில் 33 என்பது 50 ஆக மாறினாலும் கைதட்டி வரவேற்புக் கொடுங்கள். ஆண்களே சற்று வழிவிடுங்கள்: மகிழ்ச்சியடையத் தயாராகுங்கள். அறிவியலும் தொழில் நுட்பமும்

வளர்கிறது ஒருபக்கம்: சலிப்பும், நம்பிக்கையின்மையும் பற்றிக்கொள்கிறது மறுபக்கம். இயற்கை நியதிகளுக்குட்பட்டு வாழ்வோருக்கு இயற்கை ஓர் அன்னையாய், கடவுளாய்க் கூடவே வரும்: வாழ்க்கைக்கு அழகூட்டும். அதுபோல, பெண்ணின் இயல்பான குணங்களை அறிந்து அவளோடு கை கோத்தால், சொர்க்கமும் அமிழ்தமும் நமக்குக் கைகூடும்.

●●●

2

ஐந்து பெற்றால் ஆண்டியா?

பெண்கட்குக் கல்வி வேண்டுமென்று சென்ற நூற்றாண்டில் பாவேந்தர் பாரதிதாசன் பெண்கள் எப்படி ஆக வேண்டும் என்று நினைத்துப் பாடினாரோ, இன்றைய பெண்கள் அப்படியாகவே ஆகிவருகின்றனர் என்பது எவரும் மறுக்க முடியாத உண்மை. ஆனாலும், 'பெண் குழந்தைகள் பிறக்க வேண்டும்; இந்தச் சமுதாயம் மேன்மை பெறவே' என்று குரலெழுப்ப இன்னும் ஒரு கனக சுப்பு ரெத்தினம் வருவாரா என்று விடியலின் வாசலில் விழி வைத்துக் காத்திருக்கின்றோம்.

இடுப்பிலுள்ள நந்தவனம் என்று கவிப்பேரரசு வைரமுத்து அன்று ஆண் குழந்தைகளை மட்டுமா கூறினார்? உண்மையில் பெண்குழந்தைகள் விதம்விதமாகக் கண்ணைக் கவரும் வண்ண ஆடைகளில் வண்ணத்துப் பூச்சிகள் போல் சுற்றிப் பறந்து திரியும்போது நம் உள்ளம் கொள்ளை போகுதே! உண்மை இன்பம் காணுதே!. பின் எப்படிக் கள்ளிப்பால் புகட்ட மனம் வந்தது? தாய்ப்பால் கொடுத்துப் பசியை அடக்க வேண்டியவர்களே கள்ளிப்பால் கொடுத்துக் குழந்தையை அடக்கம் செய்தது கொடுமை

அல்லவா? அதையும் ஒரு பாரதிராஜா வந்து படமெடுத்து அழகோவியமாக்கிப் பெரிய திரையில் வெளிச்சம் போட்டுக் காட்டிய பிறகுதான் அது நம் கவனத்துக்கு வந்தது.

முன்பெல்லாம் மரம் வச்சவன் தண்ணி ஊத்துவான், இந்தப் பொட்டப் புள்ளைக்கு ஒரு வழி காட்டுவான் என்று முகவாயில் கையைத் தாங்கிப் பேசியவர்கள் அறியாமைப் பேயிடம் தானும் சிக்குண்டு தங்கள் குழந்தைகளையும் கண்ணிருந்தும் அறியாமை இருட்டில் வாழும் குருடர்களாக்கினார்கள். ஆடம்பரமாய் வாழும் தாய், பொறுப்பற்ற தந்தை, ஒழுக்கமற்ற மனைவி, ஏமாற்றும் உடன்பிறந்தோர், சொல் பேச்சுக் கேளாத பிள்ளைகள் என இவை ஐந்தினையும் ஒருங்கே பெற்றவன், நாடாளும் மன்னனாக இருந்தாலும் தன் ஆளுமைத் திறனும் அரசாட்சியும் செல்வமும் பிறவும் இழந்து ஆண்டியாக நேரும் என்பது மூத்தோர்கள் பட்டறிவின்பால் சொன்ன வாக்கு.

இதனையே "ஐந்து பெற்றால் அரசனும் ஆண்டி" என்று ஐந்து பெண்குழந்தைகளைப் பெற்றவர்க்குச் சொல்லும் வழக்கம் காலூன்றிய கால கட்டம் அது. காரைக்குடியில் ஒரு தொடக்கப் பள்ளி ஆசிரியராக வறுமையின் பிடியில் வாழ்க்கையை நடத்தி வந்த பாலசுப்பிரமணியனுக்கு ஐந்தாவதாகவும் பெண் குழந்தை பிறந்தது. ஏழைக் குடியைச் சோதித்துவிட்டான் இறைவன் என்று சோகம் தாளாமல் பெருங்குரலெடுத்து ஒப்பாரி வைத்தழுகிறார் அவரது மாமியார் அம்மாப் பொண்ணு. அப்போது சிறிதும் கலங்காமல் அவர் சொன்னார், "நான் படிக்க வைத்து விடுவேன்" என்று தன்னம்பிக்கையோடு.

அந்த ஐந்து பெண்களும் இன்று அரசுப் பள்ளி ஆசிரியர்களாய் இளைய சமுதாயத்தை ஒளிமயமாக வழிநடத்திக் கொண்டு இருக்கிறார்கள். அரை நூற்றாண்டுக்கு முன் என் அப்பா எடுத்த ஒரு தீர்க்கமான முடிவு, பெண் குழந்தைகள் பெற்றுக் கொள்வது இழிவல்ல; கல்வி புகட்டினால் அவர்கள் வாழ்வில் இருளில்லை என்பதைப் படம் பிடித்துக் காட்டுகிறது.

இதுபோலவே, புதுக்கோட்டை சமஸ்தானத்தின் உயர் கல்வி நிறுவனத்தின் இயக்குநராகப் பணியாற்றிய நாராயணசாமி பெற்ற மூன்று பெண்குழந்தைகளுள் ஒருவர்தான் கல்லூரியில் திரை

மறைவிலும் நான்மறை போல் மருத்துவம் பயின்று பெண்ணினத்திற்கே பெருமை சேர்த்த இந்தியாவின் முதல் பெண் மருத்துவர் டாக்டர் முத்துலெட்சுமி ரெட்டி. இவரது சகோதரி நல்லமுத்து, பாரம்பரியப் புகழ் பெற்ற சென்னை ராணி மேரி மகளிர் கல்லூரியின் முதல் பெண் முதல்வர் ஆனவர்.

மற்றொரு சகோதரி சுந்தராம்பாள், இலக்கியத்திலும் இசைக்கலையிலும் வல்லமை பெற்றுத் தீந்தமிழ்ப் பணியாற்றியவர். மனதில் உறுதி கொண்டு வாக்கினில் இனிமையும் நினைவினில் நன்மையும் பூண்டு, நெருங்கின பொருள் கைப்பட ஓய்வின்றிப் பாடுபட்டு உன்னத நிலையடைந்த முன்னோடிப் பெண்கள் இவர்கள்.

சமீபத்தில் பல ஆய்வுகளுக்குப்பின் ஐக்கிய நாடுகள் சபை வெளியிட்ட ஒரு அறிக்கையில் கூறியிருப்பதாவது: பெண்களுக்கு எட்டு வகையான உரிமைகள் ஆண்களால் மறுக்கப்படுகின்றன. அவற்றுள் முதலிடம் பெறுவது, பெண்கள் பிறப்பதற்கே உரிமை கிடையாது என்பதுதானாம். நெஞ்சு பொறுக்குதில்லையே! அறிவியல் பூர்வமாகப் பார்க்குமிடத்து, குரோமோசோம்களின் எண்ணிக்கை அடிப்படையில் பெண் குழந்தைகளாகும் கருமுட்டைகளுக்குத் தந்தையே காரணம். இந்த உண்மையை உணர்ந்து, கருக்கொலைகளை ஒழித்துப் பெண் குழந்தை பெற்றுக்கொள்ள ஆசைப்படும் ஒரு நல்ல சமுதாயம் உருவாக வேண்டும்.

பெண் குழந்தைகள் மிகுந்த சமூகப் பொருத்தப்பாடு உடையவர்களாகவும் திகழ்கிறார்கள். அக்ஷயாவும் அவள் அண்ணனும் வீட்டிலிருந்து கிட்டத்தட்டப் பதினைந்து கிலோ மீட்டர் தொலைவில் உள்ள பள்ளிக்கு வந்து செல்கிறார்கள். நாளும்

நீசமாக எண்ணாதே நீச்சலடிக்கக் கற்றுக்கொடு 29

நெரிசல் மிகுந்த பேருந்தில்தான் வர வேண்டும். பள்ளியில் அக்ஷயா மலர்ந்த முகத்துடன் துள்ளிக் குதித்து மான் குட்டி போல் ஓடி வகுப்பறைக்குள் நுழைகிறாள்.

அரிஹரனோ, சோர்வாக ஒளியிழந்த முகத்துடன் தன் உடம்பே தனக்குச் சுமையென மெல்ல நடந்து வகுப்பிற்குச் செல்கிறான். உசாவியதில் தெரிகிறது, அவனுக்குத் தனது புத்தகப் பையையும், சாப்பாட்டுப் பையையும் சுமந்து வருவது மலையளவு எடையாகத் தொல்லைப்படுத்துகிறது என்று. அவனைவிட இரண்டு வயது சிறிய அக்ஷயாவால் மட்டும் எப்படி முடிகிறது?

பேருந்தினுள் ஏறியதும் பக்கத்து இருக்கையில் உட்கார்ந்திருக்கும் யாராவது ஒரு பயணியிடம் தன் சுமைகளைக் கொடுத்துவிட்டுச் சுதந்திரமாக நின்று கொண்டு வருகிறாள். இந்தக்காலப் பெண் குழந்தைகளுக்கு எங்கும் எவரும் ஆண்டிதான், அங்கிள்தான். கூடவே பூவாய்ச் சிரித்து ஒரு பிளீஸ் போட்டுக் காரியம் சாதித்துவிடுகிறார்கள்.

“பெண்ணுக்குப் பெண்ணே பேராசை கொள்ளும் பேரழகெல்லாம் படைத்தவளோ” என்று டி.ஆர்.மகாலிங்கம் கணீரென்று பாடியதை இப்பொழுது கேட்டாலும் சொக்கித்தான் போகிறோம். அந்தப் பேரழகுப் பெட்டகமாம் பெண் குழந்தையைப் பெற்றுக் கொள்ள மட்டும் தயங்கி விக்கி நிற்கிறது சமூகம். இன்று பெண்ணுக்குப் பெண்ணே ஒருவருக்கொருவர் கைகோத்து சுய உதவிக் குழுக்கள் அமைத்துத் தங்களை மேம்படுத்திக் கொள்கின்றனர். சிற்றூரிலும் கூடப் பெண்கள் சிறுதொழில் முனைவோராக வங்கிக்கும் சந்தைப் படுத்துவதற்குமாய்ச் சுழன்று வருவதை ஏற்றமிகு சமுதாய மாற்றமாகக் காண்கிறோம்.

வகுப்பில் ஒரு நாள் ஆசிரியரின் புதுத் தங்க வளையலின் திருகு அடிக்கடிக் கழண்டு, தளர்நிலைக்கு வந்து விடுகிறது. உடனுக்குடன் ஆசிரியர் அதைச் சரி செய்தாலும் அவர் மனசுக்குள் ஏற்பட்ட படபடப்பு முகத்தில் பிரதிபலித்தது. அதைக் கவனிக்கிறாள் முதல் வகுப்பு மாணவி திவ்யஸ்ரீ. டீச்சர், அந்தத் திருகில் கொஞ்சம் நகப்பாலிஷ் பூசிட்டு அணிந்து கொண்டால் வளையல் கழண்டு விழாது என்கிறாள்.

வியப்புடன் கேட்கிறார் ஆசிரியர், உனக்கெப்படித் தெரியும் என்று, கொலுசு தொலையாமல் இருக்கத் திருகாணியில் என் அம்மா நகப்பாலிஷ் போட்டுவிடுவாங்க, கொலுசு கழண்டு கீழே விழாது என்கிறாள். கல்வி உளவியல்படி என்ன அருமையாக இங்கே ஒரு பயிற்சி மாற்றம் நிகழ்ந்திருக்கிறது! எங்கோ எப்பொழுதோ வேறொரு சூழலில் தான் கற்ற ஒன்றைத் தற்போதைய தேவைக்கு ஏற்ப ஒரு மாறுபட்ட இடத்தில் பயன்படுத்த முடிகிறது எனில் பெண்குழந்தைகள் அறிவாளிகள் தானே?

காஞ்சி மகாப் பெரியவர் சொல்வார், "தியாகம் செய்வது உயர்ந்த குணம். அதிலும் தியாகம் செய்தேன் என்ற எண்ணத்தையும் தியாகம் செய்வது சிறந்தது" என்று. காலையில் தினமும் கண் விழித்ததும் ஒரு கையில் துடைப்பமும், மறு கையில் பால் பாத்திரமும் ஏந்தி அன்றாட வாழ்வைத் தொடங்கும் குடும்பப் பெண்களால் மட்டுமே இந்த உலகத்தில் இது சாத்தியமாகிறது.

தம்முடைய சொந்த விருப்பு வெறுப்புகளை ஒதுக்கி வைத்துவிட்டுத் தம் குடும்பமே உலகம் என்று வாழும் பெண்களே அமைதியான குடும்ப வாழ்க்கையை வரமாய்ப் பெறுகிறார்கள். தமது வாழ்க்கையின் மத்திய வயதுகளில், தாம் ஏற்றுக்கொண்ட பணியிலும் பல சாதனைகள் புரிகிறார்கள்.

மூன்றாவது மகப்பேற்றுக்காகத் தாய் வீட்டிற்கு வந்த என் அம்மா தன் தாயிடம், நான் புகுந்த வீட்டின் அனல் பறக்கும் ஏச்சுகளையும் பேச்சுகளையும் பொறுத்துக்கொண்டு, இந்தக் குழந்தையை மிகுந்த சிரமத்துடனும் அதிகளவு நேசத்துடனும் பராமரிக்கின்றீர்கள். இவள் வளர்ந்து உங்களுக்கு என்ன செய்யப் போகிறாள்? என்று கேட்டு அங்கலாய்க்கிறாள். 'இந்தக் குழந்தை வளர்ந்ததும் உனக்குச் செய்வாள். உன் முதுமையில் உனக்குத் துணை நிற்பாள்' என்று கண்கள் கலங்கக் கூறினாராம் அவளது தாய். நமது சமுதாயத்தில் இன்று பெண் குழந்தைகளைப் பெற்றவர்கள் முதியோர் இல்லங்களுக்கு அனுப்பப்படுவது இல்லை என்பது பரவலான கருத்து.

இன்றைய பெண்கள் கல்வியையும் தாண்டி, சமூக அக்கறை மிகுந்தவர்களாகவும் இருக்கிறார்கள். தன்னைச் சுற்றி நடப்பவை குறித்து ஒரு ஆதங்கத்துடன் ஆனால், துணிவாய்ப் பணிபுரியக்

களத்தில் இறங்கி விடுகிறார்கள். இமாச்சலப் பிரதேசத்தில் ஸ்பித்தி என்றொரு சிற்றூர். அங்கு பல மாதங்களுக்கு வெளியுலகத் தொடர்புகளும் துண்டிக்கப்பட்டு, மக்கள் படும் தொல்லைகள் சொல்லி மாளாது.

அங்கு ஒரு சமூக சேவகராய்த் தன்னார்வத்துடன் தன் குழுவினருடன் களத்தில் குதித்தார் இஷிதா கண்ணா என்னும் கல்லூரி மாணவி. அந்தச் சூழலில் கிடைக்கும் இயற்கை வளங்களைக் கொண்டே சூரிய சக்தி பயன்பாடு, இயற்கை விவசாயம், சுற்றுச் சூழல் பாதுகாப்பு இவற்றிலெல்லாம் உள்ளூர் மக்களை ஈடுபடுத்தினார். இன்று ஸ்பித்தி ஒரு புத்தாக்கம் பெற்ற, இயற்கை அழகு கொஞ்சும், கணிசமான தனி நபர் வருமானம் தரும் அழகான சுற்றுலாத் தலமாக ஏற்றம் பெற்ற விந்தையைப் பாராட்டத்தான் வேண்டியிருக்கிறது.

பரதநாட்டியத்திற்கு அபிநயம் பிடித்து அழகாகப் பாரம்பரிய நடனம் ஆடுகின்ற ஸ்வேதாவின் அதே கைகளும் கால்களும் ரக்ஃபி ஆடுகளத்தில் என்ன வேகமாக இயங்குகின்றன! ஆச்சரியமாக இருக்கிறது. ஆடுகளத்திலும் நடன மேடையிலும் தேவைப்படுவது வெவ்வேறு ஆளுமைத் திறன்கள். ஆனால் அவை இரண்டிலும் இழையோடும் ஆழ்ந்த கவனத்தைக் கைக்கொள்வதாலும், அடிப்படைத் திறன்களை வளர்த்துக் கொள்வதாலும் ஒரே நேரத்தில் இரு துறைகளில் புகுந்து களத்தில் இறங்கி ஆடமுடிகிறது. பெண்ணின் விருப்பங்களும், ஆர்வமும், முயற்சியும் எதிர்வரும் தடைக்கற்களைத் தகர்த்துப் படிக்கட்டுகளாக அவற்றை மாற்றிக்கொள்ளும் வல்லமையை அவளுக்குத் தருகின்றன.

ஒரு பெண் முயன்றால் எதையும் கற்றுக்கொண்டு வெற்றிவாகை சூடலாம் என்று நிரூபித்த அந்த இளைஞி சொல்கிறாள், "இந்த இரண்டு ஆட்டங்களுக்குமே உடல் வலிமையோடு மன வலிமையும் மிக அவசியமானது" என்று. இன்றைய பெண்கள் தெளிவாக இருக்கிறார்கள். தமக்கு என்ன தேவை என்பதைத் தெரிந்து வைத்திருக்கிறார்கள். தாம் செல்ல வேண்டிய பாதை பற்றிய அறிவும் விழிப்புணர்வும் நிறையவே கொண்டு பாரதி கண்ட புதுமைப் பெண்களாக நவநாகரிக உலகில் துடிப்போடு இளைய பாரதத்தினராய் அழகாக வலம் வருகின்றனர்.

அப்படியும் வேலூரில் மகளிர் காவலர் லாவண்யா இரவில், பணி முடித்து வீடு திரும்புகையில் அடையாளம் தெரியாத நபர்களால் அமிலம் வீசித் தாக்கப்பட்ட கொடுமைச் சம்பவங்களும் நம் நாட்டில் நிகழ்கின்ற கண்டிக்கத்தக்க உண்மைகள். பணிபுரிய எந்தத் துறையையும் விட்டுவைக்கவில்லை பெண்கள். பாலியல் துன்புறுத்தலுக்கு எந்தத் துறைப் பெண்களும் விதிவிலக்கல்ல. மீசை முளைக்காத பாரதியாய் இளம் பெண்களும் ஆசை நரைக்காத மன்மதன்களாய் இளைஞர்களும் நடமாடும் புண்ணிய பூமி இது.

லாவண்யா

அதற்காக எரித்து விடுகிறோம் ஆண் சமூகத்தையே என்று நெற்றிக்கண் கேட்டுத் தவம் செய்யவில்லை நாங்கள். நட்புக்கரம் நீட்டி ஆண் பெண் வேறுபாடின்றி மனிதப்பிறவியாய் வாழவே ஆசைப்படுகின்றோம். சுவாமி விவேகானந்தரும் இதை, "இந்த நாட்டில் பெண்களுக்கும் ஆண்களுக்கும் இடையில் இவ்வளவு அதிகமான வேறுபாடுகள் ஏன் என்பதைப் புரிந்துகொள்வது கடினமாக உள்ளது. இந்த ஆண் பெண் வேறுபாட்டு உணர்வைத் தூர எறியுங்கள்" என்று ஆணையிட்டார். ஆனால் நாம் இந்த வேற்றுமையை இறுகப் பற்றிக்கொண்டுதான் இருக்கின்றோம் இறுகிய மனத்தினராய் இந்த நிமிடம் வரை.

வண்ணதாசன்

இந்த ஆண்டின் சாகித்ய அகாதெமி விருது பெற்ற வண்ணதாசன், "ஒரு எழுத்தாளனாக நான் புறக்கணிக்கப் படலாம்; ஆனால் எனது எழுத்துகள் எப்போதும் புறக்கணிக்கப்படக் கூடாது என்பதில் நான் உறுதியாக இருந்துள்ளேன்" என்று ஆணித்தரமாகக் கூறுகின்றார். இதுதான் இன்று ஒவ்வொரு பெண்ணின் எதிர்பார்ப்பாகவும் இருக்கிறது. எந்த ஒரு சூழலிலும் சுயம் இழந்து போக விருப்பம் இல்லை. தம்மிடம் உள்ள சுயம்

நீசமாக எண்ணாதே நீச்சலடிக்கக் கற்றுக்கொடு

எவ்வகையிலும் எவராலும் புறக்கணிக்கப்படாமல், காப்பாற்றப்பட்டு, ஒரு நல்ல தாயாய், தமக்கையாய், தாரமாய், சேயாய்ச் சொந்த விருப்பு, வெறுப்புகளுடன் வாழவே விரும்புகிறார்கள்.

அறிவுமதியின் "வானவில் பார்த்தல்" சிறுகதை படம் பிடித்துக் காட்டும் பெண்ணின் ஏக்க உணர்வுகளை இன்றைய ஆண்கள் புரிந்துகொள்ளத்தான் வேண்டியிருக்கிறது. பானையிலுள்ள தண்ணீரை எடுத்துக் குடிக்கக்கூடத் தெரியாத தாத்தா அப்பாக்களின் காலமெல்லாம் இமயமலையைக் கடந்து எங்கோ சென்றுவிட்டது. இன்று வேலைக்குச் செல்லும் மனைவியின் கடமைகள் யாவினுக்கும் கை மட்டுமல்ல, தோள் கொடுக்கும் தோழனாக இளைய தலைமுறை மாறிக்கொண்டு இருக்கிறது. காலை நேர அவசரத்தில் சமையலறையிலும் மனைவிக்கு உதவி செய்வதைச் சில இளைஞர்கள் எளிதாகவே எடுத்துக் கொள்கிறார்கள்.

ஜல்லிக்கட்டு என்பது ஆண்களின் வீர விளையாட்டு என்பதைத் தாண்டி, தமிழினத்தின் பாரம்பரிய அடையாளமாகப் பார்க்கப்படுகிறது இன்று. கல்லூரி மாணவர்களும் களத்தில் குதித்துப் போராடுகிறார்கள். தங்கள் மனம் கவர்ந்த திரைப்பட நாயகி திரிஷாவாக இருந்தாலும் பீட்டா அமைப்பை ஆதரித்து, ஜல்லிக்கட்டிற்கு எதிர்ப்புத் தெரிவித்ததால், சிவகங்கை மாவட்டத்து இளைஞர்கள் ஆர்ப்பாட்டத்தில் குதித்தார்கள். படப்பிடிப்பு நீக்கம் செய்யப்பட்டது என்ற செய்தியைக் காணும்பொழுது, பொழுதுபோக்கு அம்சத்தை மட்டுமே வாழ்வின் இலக்காகக் கொள்ளவில்லை தமிழ்ச் சிங்கங்கள் என்பது மனதுக்கு ஆறுதல் அளிக்கும் நல்ல செய்தி. இதே போல் பெண்களையும் பொழுதுபோக்கும் போகப்பொருளாக நோக்கும் பார்வையும் விரைவில் மாறும் என்ற நம்பிக்கை பிறக்கிறது.

ஒரு இக்கட்டான அரசியல் சூழலில் தமிழ் நாட்டின் தலைமைச் செயலராகப் பொறுப்பேற்றிருக்கும் கிரிஜா வைத்தியநாதன், அனைத்துத் துறைகளிலும் அதிரடியாய்ப் புகுந்து நல்ல மாற்றத்திற்காகப் பணி புரிந்து வரும் புதுச்சேரியின் ஆளுநர் கிரண்பேடி, தென் தமிழ் நாட்டின் ஒரு சிறிய நகரத்திலே தோன்றி இன்று கனடா நாட்டின் நீதிபதியாகச் சிறந்து விளங்குகின்ற

வள்ளியம்மை ஆகியோரெல்லாம் தன் அறிவுத் திறத்தால்பட்டொளி வீசும் பகலவன்கள்; சூரியகாந்திப் பூக்கள் அல்லர் அவர்கள்.

சூரியன் செல்லும் திசையெல்லாம் தலையைத் திருப்பி வளைந்து நெளிந்து காற்றில் ஆடும் சூரியகாந்திப் பூக்களாய்ப் பெண்கள் வாழ்ந்து வதங்கிய காலங்கள் பகலவனைக் கண்ட பனிபோல் மறையட்டும். இனிமேலாவது சூழும் இருளைத் தகர்த்துப் பகலவனாக ஒளிவீசுவோம்.

●●●

3

சமுதாயத் தராசுகளின் முள்களாய்...

காலையில் மிக விரைவாக வீட்டு வேலைகளையெல்லாம் முடித்து விட்டுப் பள்ளிக்குப் புறப்பட்ட போது ஒரு வினா எழுந்தது என் மனதில்.

சமுதாயம் சமுதாயம்னு அடிக்கடி சொல்கிறோமே, சமுதாயம் என்றால் என்ன? என்பதுதான் அந்தக் கேள்வி. கொஞ்சம் இருங்கள். உடனே கல்வியியல், உளவியல், சமூகவியல் புத்தகங்களில் கூறப்பட்டிருக்கும் வரையறைகளை எல்லாம் தேடிப் போய் விடாதீர்கள்.

அன்றாட வாழ்க்கையில் இந்தச் சமுதாயமும், பெண்கள் மீதான சமுதாயப் பார்வையும் குறித்தே நான் சிந்திக்கிறேன், சமுதாயம் என்பது ஒரு கண்ணாடி போன்றது. நாம் சிரித்தால், அதுவும் சிரிக்கும். சரிதானே? ஆனால் சில நேரங்களில் நாம் அழுதாலும் அது சிரிக்கின்றதே? என்ன செய்யலாம்?

நாம் நேர்மறையாகவே சிந்திப்போம். பதிலுக்கு அந்தச் சமுதாயத்தை நாம் அழவைக்க வேண்டாம். அது நமது அங்கம்.

எனவே அதனைக் காயப்படுத்தவும் வேண்டாம். ஒன்று நாம் அழுவதை நிறுத்திடுவோம். அல்லது அழகாய்ச் சிரித்தே புது வரலாறு படைத்திடுவோம்.

சாய்ந்துகொள்ளத் தோள் வேண்டும்; சுகமாக அழ வேண்டும் என்று பாடி மயங்கிய காலமெல்லாம் கரைந்து போகட்டும். நாம் கண்ணீரில் கரைய வேண்டாம். பெண் என்றால் அழுகை என்று புதிய அகரமுதலியில் புதிய விளக்கத்தைச் சேர்த்து விடப்போகிறார்கள். நாம் விழித்துக் கொள்வோம்.

மலையெனத் தடைகள் நம் முன்னே தோன்றி மடமட வென வளர்ந்து நின்றாலும் சிறு கல்லெனத் தகர்த்து, முன்னேறுவோம் நாமே என்ற எண்ணம் எழுந்தால்தான் ஒரு தெளிவு பிறக்கும்.

எங்கள் பள்ளியில் இரண்டாம் வகுப்பு மாணவி சுமித்ராவைப் பள்ளியில் இறக்கி விடவும் அழைத்துச் செல்லவும் அவளது அப்பா தெட்சிணாமூர்த்தி தினமும் வந்து செல்வார். நெற்றியில் பட்டை பட்டையாய் விபூதியும் நடுவில் செஞ்சாந்துப் பொட்டுமாய் அவரைப் பார்க்கையில் முதலில் கையெடுத்துக் கும்பிடத் தோன்றும். அதிர்ந்து பேசாத இயல்பினர்.

மே மாத விடுமுறை முடிந்து பள்ளி திறந்த போது தன் தோழிகளுடன் நடந்து பள்ளிக்கு வந்த சுமித்ரா சொன்னாள் திடீரென ஒரு நாள் அவர் தற்கொலை செய்துகொண்டு இறந்து போனாராம். அதிர்ச்சியில் சில வினாடிகள் உறைந்து போனோம். அவள் குடும்பத்தின் ஆதரவற்ற நிலை எங்கள் மனதைக் கலங்க வைத்தது.

ஆனால் கணவனை இழந்தாலும் கூடத் தன் கண்மணிகளாம் குழந்தைகளை வளர்த்தாக வேண்டுமே, கலங்கவில்லை அந்தத் தாய். ஒரு மாதம் கழிந்ததும் தன் வீட்டு வாசலிலேயே ஒரு இட்லிக் கடை போட்டாள்.

தன் சமுதாயம் அவளைப் புறம் பேசிய போதும் நேரில் ஏசியபோதும் கண்டு கொள்ளவில்லை; ஓய்வு ஒழிச்சல் மறந்து மாடாய் உழைத்து ஓடாய்த் தேய்ந்தாள். ஏழெட்டு வருடங்கள் இப்படியே ஓடின. தன் மகன் கந்தசாமியைப் பட்டயப் படிப்பிற்காக

உள்ளூர்த் தொழிற்பயிற்சிக் கல்லூரியில் சேர்த்தாள். கை கொட்டிச் சிரித்த அதே சமுதாயம் மெதுவாகக் கை தட்டத் தொடங்கியது

சுமித்ராவும் மேல்நிலைப் பள்ளிக்குச் சென்று வருகிறாள். கந்தசாமி இன்று வெளிநாட்டில் வேலை பார்க்கிறான். விட்டு விலகிய சமுதாயம் வலிய வந்து ஒட்டிக் கொண்டது. இன்று அந்த அம்மா சிறிய புதுமனை ஒன்று வாங்கி அதில் அழகிய கூடு ஒன்றும் கட்டிவிட்டாள். அழுக்குப் புடவைக்குள் அபலையாய்த் திரிந்திருந்தால், என்னவாகியிருக்கும் அந்தக் குழந்தைகளின் நிலைமை?

எங்கே போனாய்? ஏன் இவ்வளவு நேரம்? யாரைப் பார்த்து விட்டு வருகிறாய்? என்றெல்லாம் இந்தச் சமுதாயம் அவள் மேல் தொடுத்த கேள்விக் கணைகளையெல்லாம் பூக்களாகப் பொறுக்கித் தொடுத்துத் தன்னுடைய புது வாழ்க்கைக்குப் பூமாலையாக்கிக் கொண்டாள்; வெற்றி பெற்றாள்.

அது மட்டுமன்று, கண் துஞ்சாது உழைத்த அந்த விதவைத் தாயை நேர் நோக்காது, பிறிதொரு நோக்கில் பார்த்த கயவர்கள் எத்தனை பேர்? கணவன் மாண்டு போனால் காமத்தைக் கொல்லுவாள்; கள்ளப் பார்வைகளைப் புறந்தள்ளுவாள் தமிழ்ப்பெண் என்று நம் தமிழ் மரபின் சீரிய பண்பாடுகளை வழுவாது கடைப்பிடித்தாள் அந்தத் தாய். இன்று ஊர் போற்றும் உழைப்பாளியாய்ப் பொருளாதாரம், ஒழுக்கம், சமுதாய மதிப்பீடு ஆகிய அனைத்திலும் உயர்ந்து நிற்கிறாள். ஊருக்கே ஒரு எடுத்துக்காட்டாய் வாழ்ந்து கொண்டிருக்கிறாள்.

இப்பொழுது அந்த வினாவை உங்களிடமே விட்டுவிடுகிறேன், நீங்கள் சொல்லுங்கள், சமுதாயம் என்றால் என்ன? இன்றைய சமுதாயம் பெண் குழந்தையைப் பார்க்கும் பார்வையே பயங்கரமாக இருக்கிறதே. இணைய உலகில் வலைதளங்களில் எல்லாம் இன்று உலா வரும் ஒரு அழகிய வாசகம் “பெண் குழந்தையைப் பெற்ற அப்பாக்களுக்குத் தான் தெரியும் முத்தம் காமத்தில் சேராது என்பது”. இதைப் படித்து நாம் இங்கே பூரித்துக்கொண்டிருந்த வேளையில்தான், அங்கே சென்னையில் போரூரில் ஹாசினி என்னும் ஏழு வயதுச் சிறுமி காணாமல் போயிருந்தாள். கண்டுபிடிக்கப்பட்ட போது பாதி எரிந்த நிலையில்

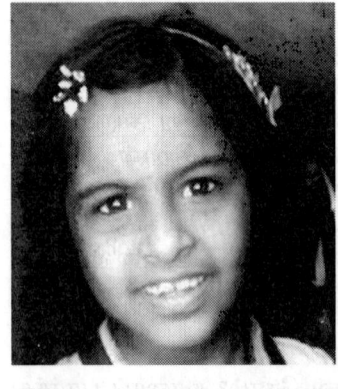

எரிநெய் ஊற்றிக் கொளுத்தப்பட்டு, சிதையாய்க் கிடைத்தாள்.

ஒரு மனித மிருகத்தால் வன்புணர்வு செய்யப்பட்டு இறுதி மூச்சுவரை மூச்சுவிட முடியாமல் திணறி மாய்ந்திருக்கிறாள். கண்ணம்மாவுக்காகப் பாரதியார் உருகியது போல, என் நெஞ்சில் உதிரம் கொட்டுதடி என்று கண்ணீர் சிந்த மட்டுமே நம்மால் முடிந்தது. எவ்வளவு பெரிய கொடூரம் இவ்வளவு சிறிய உயிருக்கு நிகழ்த்தப்பட்டிருக்கிறது? யானையின் காலில் மிதிபட்டு ஒரு மெல்லிய மலரின் வாழ்க்கை நாசமாகிப் போனது. மிதித்து அழித்ததே மிருகத்தனம் எனும் போது எரிநெய் ஊற்றிக் கொளுத்தியது அரக்கத்தனம் அல்லவா? மனிதநேயம் மரித்துப் போனதே.

ஒருவேளை அந்தச் செல்லம் உயிரோடு மீட்கப் பட்டிருந்தால், ஜெயகாந்தனின் "அக்கினிப் பிரவேசம்" புதினத்தின் தாய் போல் நாங்கள் அந்தக் குழந்தையைத் தலையில் தண்ணீர் ஊற்றி வீட்டுக்குள் அழைத்திருந்திருப்போம். நீதிக்காகப் போராடத் துணிந்திருப்போம். ஆனால், நீதி கிடைக்குமா? கிடைக்குமெனில் அது எப்போது? என்பது தான் நம் நாட்டில் மிகப் பெரிய வினா. சாமானிய மக்களின் வழக்குகளெல்லாம் எந்தக் காலத்தில் அவசர கால வழக்காக எடுத்துக்கொள்ளப்பட்டு நீதி வழங்கப் பட்டிருக்கிறது? கூறுங்கள்.

கிட்டத்தட்ட இருபத்தைந்து ஆண்டுகளுக்கு முன் 1992இல் ராஜஸ்தான் மாநிலத்தில், குழந்தைத் திருமணத்தை எதிர்த்த காரணத்திற்காகப் பன்வாரி தேவி என்னும் பெண், ஈவிரக்கமற்ற ஒரு

பன்வாரி தேவி - கணவர்

குழுவினரால் கற்பழிக்கப்பட்டாள். உடனே அழுது அரற்றி ஓய்ந்து உட்கார்ந்துவிடவில்லை அவள். தனக்கிழைக்கப்பட்ட குற்றத்திற்கு எதிராகப் போராடத் தீர்மானித்தாள். இன்று ஆயிரக்கணக்கான தலித் பெண்களுக்கு ஒரு தனித்த அடையாளமாகத் திகழ்கிறாள். பெண்கள் மேம்பாட்டிற்காக உழைக்கிறாள்.

பெய்ஜிங்கில் நடைபெற்ற ஐக்கிய நாடுகளின் நான்காவது உலக மாநாட்டுக்கு அழைக்கப்பட்டார். துணிவுடன் போராடியமைக்காக நீரஜா பானெட் நினைவு விருதை ஒரு லட்சம் ரூபாய் ரொக்கப் பரிசுடன் பெற்றார். அவரது அசத்தலான துணிவு, தன்னம்பிக்கை, பாதிக்கப்பட்ட பெண்களுக்காகக் குரல் கொடுக்கும் வல்லமை ஆகியவற்றிற்காக விருதுகளும் சிறந்த அங்கீகாரங்களும் பெற்றார். நீதிக்காகப் போராடும் மற்ற பெண்களுக்கும் ஆதரவு தருகிறார். ஆனால் நம் நாட்டின் நடைமுறை சாபக்கேடாக இதுவரை அவருக்கான நீதி கிடைக்கவில்லை.

ஆறுதலான ஒரு செய்தி, பன்வாரி தேவியின் கணவர் தரும் ஆதரவு. ஊர்மக்களும் உறவுகளும் அவர் மனைவியை ஊரைவிட்டு ஒதுக்கி வைத்த போதும், தன் மனைவிக்குப் பக்க பலமாக நின்று நம்பிக்கையோடு இன்று வரை அவரும் நீதி கிடைக்குமெனக் காத்திருக்கிறார்.

இன்றைய நவீன உலகில், ஆண் பெண் பாலின வேறுபாடுகள் பதின்பருவம் துவங்கும் முன்பே குழந்தைகளுக்குத் தெரிந்து விடுகின்றன. இந்த நற்செயலுக்குச் சமூகச் சூழல் மட்டுமல்ல, ஊடகங்களின் பங்களிப்பும் மிக அதிகம். இந்த மாதம் முழுவதும் தமிழ்நாட்டிலும் அண்டை மாநிலங்களிலும் முக்கியச் செய்திகள் வேறு எதுவும் இல்லாதது போல், இருபத்து நான்கு மணி நேரமும் தொலைக்காட்சியில் அரசியல் சூழலின் கேலிக்கூத்துக் காட்சிகளை மட்டுமே தொடர்ந்து ஒளிபரப்பியது போல், மற்ற நிகழ்வுகளிலும் இந்தப் போக்கு தொடர்கிறது.

சில இதழியல் அறமும் அவ்வாறே. திரைப்படங்களும், தொலைக்காட்சித் தொடர்களும் காதலும் வன்முறையும் மட்டும் வாழ்க்கைக்குப் போதுமானவை என்பதுபோல் சித்தரிக்கின்றன. எனவே குழந்தைகள் பிஞ்சிலேயே பழுத்து வெம்பி விடுவதும் நிகழ்கிறது.

பதினோரு வயதுப் பையன் பொன்கார்த்தி தன் கையில் ஒரு மின்னணுவியல் கணிப்பானை வைத்துத் தட்டிக்கொண்டு நடக்கிறான். அதைப் பார்த்த அவன் வகுப்புத் தோழி சௌமியா, 'டேய் ஒழுங்கா வரிசையில போடா' என்று சொல்கிறாள். உடனே சுர்ரென்று கோபம் அவனுக்குத் தலைக்கு ஏறியது. கடுமையாகப் பேசுகிறான். இவளும் ஓசையிட்டு வாக்குவாதம் செய்கிறாள்.

ஒரு கட்டத்தில் அவன் சௌமியாவின் காலை இடறிவிட்டுத் தடுமாறிக் கீழே விழவைக்கிறான். பஞ்சாயத்து, ஆசிரியரின் மேசைக்கு வந்தது. ஏனப்பா? என அவனிடம் கேட்டேன். "பொம்பளப்புள்ள, அவ எதுக்கு டீச்சர் என்னைக் கேள்வி கேட்கிறாள்?" என்று ஆதங்கப்படுகிறான். பாருங்கள் அவனது எண்ணத்தை! அவன் வளர்க்கப்பட்ட வண்ணத்தை!

இளம் வயதிலேயே பாலின ஆதிக்கம் ஆண் குழந்தைகள் மனதில் தோன்றுவது இயற்கையாகவே உடல் வலுவில் மென்மை பொருந்திய பெண்மையைச் சிதைக்கும் அளவிற்குச் சென்றுவிடவும் வாய்ப்புள்ளதோ என்று சற்றே கவலைப்பட்டேன்.

இன்றைக்குப் பெண் குழந்தைகள் படிப்பில் மட்டுமல்லாமல் கல்விசார் செயல்பாடுகளிலும் சாதித்து வருகிறார்கள். "தலைக்கவசம் உயிர்க்கவசம்" என எத்தனை விதமாக விளம்பரங்கள் செய்தாலும் ஒறுப்புக்கட்டணம் செலுத்தினாலும் 'யாருக்கோ?' என்று எச்சரிக்கையின்றி இருக்கிறோம். இந்த விசயத்தில் மட்டும் ஆண் பெண் என்ற வேறுபாடு இல்லை. அப்படித்தானே?

அரக்கோணத்தைச் சேர்ந்த அரசுப் பள்ளி மாணவி **ஆர்.பவித்ரா**, தலைக்கவசம் அணிந்தால் மட்டுமே ஈருருளி புறப்படும் வகையில் ஒரு புதிய தலைக் கவசத்தை உருவாக்கியிருக்கிறாள். மேலும் இந்தத் தலைக் கவசத்தைக் கழற்றினால் ஈருருளி இயந்திரம் ஓடாது நின்று விடும்: செல்ல வேண்டிய வேகத்தின் அளவைப் பதிவு செய்து கொண்டால், அந்த வேகம் தாண்டினால் வண்டி ஓடாது. மற்றுமொரு சிறப்பு **என்னவெனில்**, அவசரத் தேவைக்குத் தலையணி கேட்பொறியைக் **காதில்** மாட்டாமலே அலைபேசியில் பேசும் வகையில் இணைப்புக் கொடுக்கப்பட்டுள்ளது. அவளது ஆசிரியர் வழிகாட்டலில் விளைந்த வெற்றி இது.

ஏதாவது புதுமையாகச் செய்ய வேண்டும்; சாதிக்க வேண்டும் வாழ்வில் என்று துடிக்கும் பெண் குழந்தைகளுக்கு வரவேற்புக் கொடுப்போர் பெரும்பாலும் ஆண்மக்களே. இது பாராட்டுக்குரிய செய்தி. ஆனால், ஒரு ஆதிக்க நாயகன் சாதிக்க வந்தால் அடங்குதல் முறைதானே என்று பாடிக் கொண்டிருக்கும் சிலரைத்தான் நாங்கள் துணைக்கு அழைக்கின்றோம். தூணாக நிற்கவேண்டும் என்று விழைகின்றோம். அவர்களின் ஆதிக்க மனப்பான்மை பெண்களைக் காக்கும் ஆளுமையாக மலரட்டும் என்று விரும்புகின்றோம்.

ஆனால் நந்தினி என்னும் தலித் சிறுமிக்குச் சிறுகடம்பூர் என்னும் சிற்றூரில் நடந்தது என்ன? குழு வன்புணர்வு என்னும் காட்டுமிராண்டித்தனமும் அதைத் தொடர்ந்த படுகொலையும். இந்த வன்கொடுமை தந்த ஆறாத புண்ணுடன் பதினோரு நாட்கள் கழித்துதான் அந்தப் பெண்ணின் உடல் தேடிக் கண்டெடுக்கப் பட்டதும், இருபது நாட்களுக்குப் பிறகுதான் காவல்துறையால் கைது நடவடிக்கை எடுக்கப்பட்டதும் சொல்லொணாத் துயரம் மட்டுமல்ல, யாருக்கோ கட்டுப்பட்ட போக்கின் சிகரம்.

பாலியல் வன்முறையும், வன்புணர்வும், படுபாதகக் கொலையும் ஒரு பக்கம் நடைபெறுகின்றன. ஆனால் பெண்கள் உலகின் மறுபக்கத்தில், எந்தப் பெண்ணும் மயக்கமா? கலக்கமா? மனதிலே குழப்பமா? என்று கேட்டுக்கொண்டு சும்மா இருக்கவில்லை. வருந்தியே பாரம் சுமக்கிறார்கள்.

கவியரசர் கண்ணதாசன், "வாழ்க்கை என்றால் ஆயிரம் இருக்கும். வாசல் தோறும் வேதனை இருக்கும். வந்த துன்பம் எதுவென்றாலும் வாடி நின்றால் ஓடி விடாது", என்று எழுதிய வரிகளைத் தெளிவாகப் புரிந்து வைத்துள்ளார்கள். வேதனையும் வாட்டமும் கூடி வந்து குடி புகுந்துகொள்ள மனதில் இடம் கொடுப்பதில்லை. மாறாக, விழிப்புணர்வும் சமுதாய அக்கறையும் கொண்டு செயற்கரிய செயல்களையும் செய்வதற்குத் தயாராகிறார்கள்.

அழகே பெண்களுக்கு ஆதாரம். அதற்குத் திறன் புயமே நீண்ட கருங்கூந்தல் என்று காலங்காலமாய்த் தொடரும் மனப் பான்மையைக் கூட வெட்டி எறிந்துவிட்டனர் தெரியுமா? பிப்ரவரி

நான்காம் தேதி "உலகப் புற்று நோய் தினத்தில்", புற்றுநோயாளிகளுக்கு ஆதரவு தெரிவிக்கவும் பொது மக்களிடையே இந்த நோய் சார்ந்த விழிப்புணர்வை ஏற்படுத்தவும் முடிவு செய்த சென்னை கிறித்தவக் கல்லூரி மாணவிகள் இருநூறு பேர் தாமாகவே முன் வந்து அழகான தம் தலைமுடியைத் தானம் செய்தனர். அதைக் கொண்டு பொய்முடி தயாரித்து அந்த நோயாளிகளுக்கு வழங்கக் கோரிக்கை வைத்தனர்.

ஐந்து பெண்கள் மொட்டை போட்டுக் கொண்டனர். பொதுமக்கள் இதனால் ஆர்வமாகி அவர்களும் முடியைத் தானம் செய்தனர். தொடர் மருத்துவ சிகிச்சையால் முடியெல்லாம் கொட்டிப்போய்க் கவலையுற்றிருந்த அந்த நோயாளிகளின் மகிழ்ச்சியே இவர்களின் இலக்கானது. கவிமணி தேசிக விநாயகம் தம் "ஆசியஜோதி" யில் அன்று பாடிச் சென்றார்.

"பிறப்பினால் எவர்க்கும் உலகில் பெருமை வாராதப்பா

சிறப்பு வேண்டுமெனில் நல்ல செய்கை வேண்டுமப்பா"

என்று. இந்த இளம் பெண்கள் அதை மகிழ்ச்சியாகச் செய்து காட்டிவிட்டார்கள்.

என் எழுத்தின் வழி இந்தச் சமுதாயத்தைக் கேட்டுக் கொள்வதெல்லாம் ஒன்றே ஒன்றுதான். இழிவாகப் பேசாதீர்கள்; இரண்டடி எடுத்து வைக்கத் துணை வாருங்கள். இலவசமாய் எதுவும் எங்களுக்கு வேண்டாம்; இதிகாசம் கூடப் படைப்போம் நீங்கள் ஒரு மனதாய் வழிகாட்டினால். வகுக்கப்பட்ட வட்டத்திற்குள் சுற்றும் கடிகார முள்களாய் அல்ல, சமூகத் தராசுகளின் முள்களாய் நிற்போம்; நிமிர்ந்து சாதிப்போம்.

●●●

4

தி.பி. காலம்

சில்லென்ற ஒரு காலைப் பொழுது. குளிர்த் தென்றல் சாலையோர மரங்களினூடே புகுந்து தவழ்ந்து கொண்டிருக்கிறது. மின் விசிறியின் வெப்பக் காற்றையும் அதிகாலையின் சுகமான தூக்கத்தையும் உதறி விட்டு வெளியே வந்தேன். காலார நடக்கத் தொடங்கினேன். கல்லூரிச்சாலையில் நடைப்பயிற்சி என்பது தனி சுகம்.

"குயில் கூவிக் கொண்டிருக்கும்;
கோலம் மிகுந்த
மயில் ஆடிக்கொண்டிருக்கும்;
வாசம் உடைய நற்
காற்றுக் குளிர்ந்தடிக்கும்"

என்று புரட்சிக் கவிஞர் பாரதிதாசன் சஞ்சீவி பர்வதத்தின் சாரலைப் படம் பிடித்துக் காட்டுவாரே, அந்த அழகையெல்லாம் நுகர முடிகின்ற நகரச் சாலை இது.

விசாலமான சாலையின் இடது ஓரம் நான் நடந்து கொண்டிருக்கிறேன். எனக்கு இணையாக ஒரு அம்மா, கையில் ஒரு பின்னல் கூடையுடன் எளிமையான ஒரு பருத்திப் புடவை அணிந்து மிகவிரைவாக நடந்து கொண்டிருந்தார். திடீரென இரண்டு நொடிகள் நின்றார். கை குவித்து வணங்கினார். மறுபடியும்

தொடர்கிறது விரைவுநடை. எனக்கு ஒன்றுமே புரியவில்லை. இந்த இடத்தில் கோவில் எதுவுமே கிடையாதே. வேகமாக நாலு எட்டில் அந்த அம்மாவைப் பிடித்து விட்டேன்.

வழக்கமான வணக்கம், அறிமுகம், நலம் உசாவியபின் மெதுவாகக் கேட்கிறேன், “அம்மா, அந்த **CECRI** கேட் **(gate)** கிட்டக் கும்பிட்டிங்களே..?” “தாயி, உள்ளே கொஞ்ச தூரம் போயி, வல்லாங்கைப் பக்கம் திரும்பினா ஒரு முனியய்யா கோயில் இருக்கு. அதான் இங்கிருந்தே கன்னத்தில போட்டுக்கிறேன்” என்றார்.. பொதுமக்கள் பார்வைக்குத் தடை செய்யப்பட்ட பகுதிக்குள் இருக்கும் முனியய்யாவைக்கூட வணங்கும் பக்தி கண்டு வியந்தேன்.

அழகப்பா தொழில்நுட்பக் கல்லூரிப் பெண்கள் விடுதியில் பணியாற்றி வரும் நல்லம்மா அவர் என்று தெரிய வந்தது. அவருக்கு ஒரேயொரு ஆண் மகன். தற்போது சென்னையில் ஒரு கல்லூரியில் படித்துக் கொண்டிருக்கிறான். முப்பது வயதில் நல்லம்மா கருப்பை நீக்க அறுவைசிகிச்சை செய்து கொண்டாராம். அதைத் தொடர்ந்து உடலில் பல தொந்தரவுகள். அவர் வீட்டிலிருந்து விடுதி வரை கிட்டத்தட்ட இரண்டரை கி.மீ. தொலைவு நாளும் இரண்டு வேளை நடந்தும் எடை குறையல என்றவர், எனக்கு அறிவுரை கூறுகிறார், “ஏதாவது சிக்கல்னா மருந்து மாத்திரை தின்னு சரி பண்ணிக்குங்க, கருப்பை மட்டும் எடுத்துடாதீங்க” என்று. மேலும் “படுக்கிறது ஒரு விதி; படுத்துறது பத்து விதி” என்று ஒரு பழமொழியையும் சர்வ சாதாரணமாகச் சொல்லிச் சென்றார். இது எனக்குப் புதுமொழி. ஆனால் பொருள் பொதிந்த மொழி,

“கிராமங்களும் குழந்தைகளும் முதியவர்களுமே ஒரு நாட்டின் ஆன்மாவைச் சொல்லும் அடையாளங்கள்” என்று கவிப்பேரரசு கூறியது நல்லம்மாவின் சொற்களில் பிரதிபலிக்கிறது. இவ்வளவு தொல்லைகளைக் கடந்தும் அவர் நம்பிக்கையோடு நடந்து கொண்டிருக்கிறார். துவளாத அவரது மன உறுதி என்னைத் திகைக்க வைத்தது. திருமணத்திற்குப் பின் பெண்கள் எதிர் கொள்ள வேண்டியவை அனைத்தும் நம் சமுதாயத்தில் சவால்களாகவே இருக்கின்றன.

கிமு., கிபி.என்பது போலப் பெண்களின் வாழ்க்கையைத் தி.மு. மற்றும் தி.பி. என இரண்டாகப் பிரித்துக் கொள்ளலாம்.

நீசமாக எண்ணாதே நீச்சலடிக்கக் கற்றுக்கொடு

அதாவது திருமணத்திற்கு முன், திருமணத்திற்குப் பின் எனக் கூறலாம் அல்லவா? உலகளவிலும் பெண்களிடம் தி.மு. காலத்தில் அப்பா வீட்டில் எப்படி இருந்தீர்கள் எனக் கேள்வி கேட்டால், என்ன பதில் வரும் தெரியுமா? "அது ஒரு பொற்காலம்" என்பது தான். என்ன, நான் சொல்வது சரிதானே?

பெண்கள் தி.பி. காலகட்டத்தையும் பொற்காலமாக நினைக்க என்ன செய்யலாம்? டாக்டர் வ.சுப.மாணிக்கம் தமது "கொடை விளக்கு" என்னும் நூலில் வேறொரு சூழலில், "வாடும் பயிர்க்கு வாய்க்கால் போல்வான்" என்று குறிப்பிடுகிறார். இதுதானய்யா எளிமையான சூத்திரம்.

கணவனைக் குடும்பத் தலைவனாகக் கொண்டதே நம் சமுதாய அமைப்பு. கணவனைக் காதலோடும் பரிவோடும் ஒவ்வொருநாளும் அணுகிக் கவனித்துக் கொள்ளும் மனைவியின் முகம் வாடாமல் மனைப் பயிர்க்கு வாய்க்கால் நீராய் இருந்து விட்டால் அவள் தி.பி. காலத்தைப் பொற்காலமாக நினைப்பது மட்டுமல்ல, கணவனையும் கணவனைச் சார்ந்த உறவு முறைக் குடும்பங்கள் அனைத்தையும் மதித்துப் போற்றுவாள் அல்லவா?

பல பெண்கள் இன்று குடும்ப அமைப்புக்கு மாறான கருத்துகளைக் கையிலெடுத்துப் பெண் சுதந்திரம் என்று கூவி வருகிறார்களே அவர்களுக்கும் கூட, வாடிய பயிர் போல் அடுக்களைக்கும் அலுவலகத்திற்கும் இடையில் ஓட்டம் எடுக்கிறோம்; நம்மைக் கண்டதும் வாட்ட முறுபவனாகக் கணவன் அமையவில்லையே என்ற ஏக்கம் உளவியல் ரீதியாக அடிமனதில் முளைத்திருக்கலாம்.

என்ன? எங்களைக் குறை சொல்வது போல் இருக்கிறதே? என்று பல குரல்கள் என் காதில் விழுகின்றன. உடன்பிறப்புகளே, அன்று கவியரசு கண்ணதாசன், "எப்படி எல்லாம் வாழக்கூடாதோ, அப்படி எல்லாம் வாழ்ந்திருக்கிறேன்" என்று தம் வாழ்க்கையின் இறுதிக்கட்டத்தில் வாக்குமூலம் அளித்தார். வாழவேண்டிய காலகட்டத்தில் அவரது மனைவியும் குழந்தைகளும் என்னென்ன துயரங்களைச் சந்தித்திருப்பார்கள்? என்பதைச் சற்றே எண்ணிப் பாருங்கள்.

வாழும் வரை போராடப் பெண்கள் தயார். அந்தப் போராட்டத்தில் வெற்றி தோல்வி எது வேண்டுமானாலும் விளையலாம். அதன் பிறகு வாழ வேண்டிய வாழ்க்கை என்ன மீதம் இருக்கப் போகிறது? "வாழும் முறைமையடி பாப்பா" என்று பாரதி கூறியது போல் மனைவியைச் சொல்லாலும் செயலாலும் அரவணைத்துச் செல்லலாமே. மேலும், கண்ணதாசன், "இப்படித்தான் வாழ வேண்டும் என்று புத்தி சொல்லக் கூடிய யோக்கியதை எனக்கு உண்டு" என்று கூறினாரே, அந்த அக்கறைதான் இங்கும் வெளிப்படுகிறது.

எழுத்தாளர் ஆர்ட் புச்வால்ட்டிடம் ஒரு நேர்காணல் நடக்கிறது.

வினா : ஒரு முழுமையான சந்தோஷம் என்றால் என்ன?

விடை : ஆரோக்கியமாய் இருப்பது.

வினா : நீங்கள் எந்தத் திறனை வைத்துக் கொள்ள மிக அதிகமாக விரும்புகிறீர்கள்?

விடை : வாழ்வது.

ஆரோக்கியமாய் இருப்பதும், நமக்களிக்கப்பட்ட வாழ்க்கையினை வாழ்வதுமே சந்தோஷமும் வாழ்க்கைத் திறனும் என்கிறார் அவர். ஆனால் இன்றைய காலகட்டத்தில் பெண் என்பவள் ஓர் ஆணின் பார்வையில், உடலா? உயிரா? உணர்வா ? என்பதுதான் இப்போதைய கேள்வி. தன் மனைவியுடன் கூடலில் களித்து, உயிரில் கலந்து, உணர்வில் சங்கமித்து வெற்றி நடை போடலாம் அல்லவா? அப்போது அந்த எழுத்தாளர் விரும்பியது போல் ஆரோக்கியமும் வாழ்வும் நம் கை வசப்படும் அல்லவா?

மார்கழிப் பனியில் வண்ணக் கோலமிடும் பெண்களின் வாழ்வில் வண்ணக் கோலங்கள் வரைவது உறுதியாக அவரவர் கணவனால் மட்டுமே முடியும். கவிப் பேரரசு வைரமுத்து, "எந்த ஒரு நல்ல கலாசாரமும் தன்னை ஏற்றுக் கொள் என்று இன்னோர் இனக் குழுவை வற்புறுத்துவதில்லை; தன்னைப் புரிந்து கொள் என்றே கெஞ்சுகிறது" என்று கூறுகிறார். இதையேதான் நான் பெண்களுக்காகக் கேட்கின்றேன். கலாசாரம் என்னும் இடத்தில்

பெண்ணை வைத்துப் பாருங்களேன். பெண் என்பவள் ஒரு நாட்டின் கலாசார அடையாளமாகி நிற்பவள். அப்படிப்பட்டப் பெண்களுக்குக் கை கொடுப்பதும் தட்டிக் கொடுத்து ஆதரவு தெரிவிப்பதும் மிகவும் அரிதான செயலா? சொல்லுங்கள்.

"கண்ணின் கடைப்பார்வை காதலியர் காட்டிவிட்டால் மண்ணில் குமரர்க்கு மாமலையும் ஓர் கடுகாம்" என்று பாரதிதாசன் கூறினாரே, அது உண்மையில் நடக்கிறதா? கடலைக் குடித்து, மலையை விழுங்கும் செயலா இது? ஒரு குளிர் பானத்தைக் குடிப்பது போல் சில்லென்று எளிதாகச் செய்யலாமே. ஒரு குலோப்ஜாமூனை விழுங்குவது போல் இனிமையாகவும் செய்யலாமே.

வாழ்க்கையை இப்படித் தொடர ஏராளமான வழிகள் உண்டு. உத்தியோகம் புருஷ லட்ஷணம் என்று பொருள் ஈட்டச் செல்லும் ஆண்களுக்கும் அலுவலகத்திலும் தொழிற்கூடத்திலும் பல தொல்லைகளும் இழப்புகளும் வருவதுண்டு. அவற்றை எல்லாம் மனஉறுதியோடு தவிடு பொடியாக்கும் ஆடவனே மனைவியை மட்டுமல்ல, வாழ்க்கையையும் வெற்றி கொள்கிறான்.

எங்கள் ஊரில் தங்கம் போன்ற குணமும் நிறமும் கொண்ட சொர்ணா, தன் காதற்கணவனோடும் கண்மணியாம் இரு குழந்தைகளோடும் எளிமையாகக் குடும்பம் நடத்தி வந்தாள். வருமானம் இடைத்தரம் எனினும் மகிழ்ச்சிக்குக் குறைவில்லை. சொந்தமாக ஒரு வீடு கட்டும் ஆசை முளைத்தது. அழகாகச் சிறிய வீடு ஒன்றினைக் கட்டி ஒரு நல்ல நாளில் குடிபுகுந்தனர். கூடவே கடன் தொல்லையும் குடியேறியது அவர்களுடன். தையல் இயந்திரம் போட்டு, சட்டை துணிமணிகள் தைத்தாவது தானும் பொருளாதாரத்தில் துணை செய்வதாக வாக்களிக்கிறாள் சொர்ணா.

ஆனால் தாளாத கடன் சுமையும் மாளாத அவமானமும் அவள் கணவனை மீளாத தூக்கத்தில் ஆழ்த்திவிட்டன. ஆமாம், யாருமற்ற நேரத்தில் அவர் தூக்கு மாட்டிக் கொண்டு செத்துப் போனார். முப்பது வருடங்களைத் தாண்டாத அந்த இளந்தளிர் வாடி வதங்கி மயங்கி வீழ்ந்தது. பெரியவர்களும் உறவினர்களும் துணை நின்று எல்லா இறுதிக்கடன்களையும் செய்து முடித்தார்கள்.

சமூகத்தில் தனித்து விடப்பட்ட சொர்ணா, யாரையும் குறை கூறவில்லை. அழுதழுது வீங்கிய தன் கண்களில் தனது இரு

குழந்தைகளின் எதிர்காலம் இருட்டை நோக்கித் தள்ளப்படுவதைக் கண்டாள். வீறு கொண்டு எழுந்தாள். அவர்களுக்கு அவளே பகலில் பரிதியாகவும், இரவில் நிலவாகவும் நின்று ஒளி கொடுக்கின்றாள். அவளே தந்தையுமானாள். ஆனால் அவள் நெஞ்சுக்குள் இன்றும் நிலைத்திருக்கும் ஒரு கேள்வி: கொடுத்த நம்பிக்கையையும் நீட்டிய ஆதரவுக் கைகளையும் தாண்டி அவர் ஏன் தற்கொலை செய்து கொண்டார்? என்பது.

இப்பொழுது நீங்கள் கூறுங்கள். தற்கொலை என்பதுதான் சிக்கல்களுக்குத் தீர்வா? மனநோய்க்கு மருந்தா? குடும்பத்தைக் குலைக்கும் குளவியா? சரி, நானே கூறுகிறேன். ஒரு விபத்தில் கணவனைப் பறிகொடுத்தால் கூட, அந்த ஈடு செய்ய இயலாத இழப்பிலிருந்து மெதுமெதுவாகப் பெண்களால் மீண்டு வர முடிகிறது. ஒரு நோயினால் கணவன் மேலுலகம் சென்றுவிட்டாலும் மருத்துவமனையில் சேர்த்து மருத்துவமாவது பார்த்தோமே என்று ஆறுதல் கிடைக்கிறது. ஆனால் தற்கொலை என்பது எவ்விதத்தில் சரியாகும்? உறுத்து வந்து ஊட்டும் ஊழ்வினைப் பயனா? மனைவி மக்களை மறுத்து வந்து சாகும் இம்மைப் பலவீனமா?

"நாம் பலம் மிக்கவர்களாக இருந்தால் தான் உலகத்தின் கவனம் நம்மீது திரும்பும்" என்று தமிழீழம் வேண்டிப் போர் முழக்கமிட்டு விடுதலை வேள்வி நடத்திட்ட ஒப்பற்ற தலைவன் பிரபாகரன் அன்று தன் பாசறையில் கூறியதை இன்று இஸ்ரோ நிரூபித்து இருக்கிறது. டெஸ்ஸி தாமஸ் உள்ளிட்ட பெண் விண்வெளி விஞ்ஞானிகள் குழுவுடன் இணைந்து 104 செயற்கைக்கோள்களை ஒரே விண்கலத்தில் ஏற்றி, வெற்றிகரமாய் விண்ணில் செலுத்தி இருக்கிறது.

பெண்கள் இன்று வலிமை மிக்கவர்களாக அனைத்துத் துறைகளிலும் வலம் வருகிறார்கள். அனைத்துப் பருவங்களிலும் சாதனை புரிகிறார்கள். பேதைப் பருவத்திலேயே சாதிக்கத் தொடங்குகின்றனர் என்பதற்கான அண்மைக்கால எடுத்துக்காட்டு. கோவையைச் சேர்ந்த லக்ஷனா, தனது இரண்டே முக்கால் வயதில், சதுரங்க வேட்டையைத் தொடங்கினாள். இன்றுவரை பல பரிசுகளும் பதக்கங்களும் வாங்கிக் குவித்து வருகிறாள். ஐந்து வயதிற்குட்பட்டோருக்கான தேசிய சதுரங்கப் போட்டியில் சாம்பியன் பட்டம் வென்றிருக்கிறாள். தற்போது இந்த மழலைக்கு ஐந்தரை வயது ஆகிறது.

இப்பருவத்தில் இப்படித் தொடங்கும் பெண்ணின் சாதனை வரலாறு, பெதும்பை, மங்கை, மடந்தை, அரிவை, தெரிவை, பேரிளம்பெண் என மற்ற பருவங்களிலும் தொடர்கிறது. இந்தத் தேரோட்டம் தடைப்பட்டு நிற்பது பெரும்பாலும் தெரிவைப் பருவ காலத்தில் எனக் கூறலாம். சின்னப்பொண்ணு 26 வயதுப் பெண், ஒரு மருந்துக்கடை வைத்து, கணவனுடன் இணைந்து அதனைக் கவனித்து வந்தாள். ஒரு நாள் இரு குழந்தைகளையும் பள்ளியில் இறக்கி விட்டுவிட்டு வீடு திரும்பினால், பேரதிர்ச்சி. அங்கே கணவன் தற்கொலை செய்துகொண்டு மாண்டு கிடக்கிறான்.

அழுது அரற்றினாள். பதினாறு நாள்களில் எல்லாம் முடிந்து விட்டது. நிதானமாகச் சிந்தித்தாள். முழு மூச்சாய் அரசுத் தேர்வுகள் பணியாணையத்தின் போட்டித் தேர்வுகளில் கலந்து கொண்டாள். கடுமையாக உழைத்து வெற்றியும் பெற்றாள். இன்று பணி நியமன ஆணைக்காகக் காத்திருக்கிறாள். தகப்பன் இல்லாப்பிள்ளை தறுதலை என்ற அவச்சொல் வராது. பிள்ளைகள் வளர்ந்து வருகின்றனர். ஆனால், அவள் பூண்டிருக்கும் கோலம் பற்றிச் சிந்தித்துப் பாருங்கள்.

உரிய வயதில் குழந்தைகளுக்குப் புத்தகப் படிப்பில் காதலை அறிமுகப்படுத்துவதுகூட, அவர்கள் வளர வளர வாழ்வின் மகிழ்ச்சிகளை அனுபவிக்க வேண்டும். எத்தனை தடைக் கற்கள் எதிர்ப்பட்டாலும் அவற்றைப் படிக்கட்டுகளாக மாற்றிக் கொள்ள வேண்டும். எத்தகைய சூழலிலும் அச்சம் என்பது மடமையடா என்று நெஞ்சில் உரம் கொள்ள வேண்டும். வாழு! வாழ விடு! என்று கொஞ்சும் மனையாளோடு மகிழ்ச்சியாக வாழ வேண்டும் என்ற படிப்பினையைப் பெறுவார்கள்.

என் மகன் பத்தாம் வகுப்புப் பொதுத் தேர்வு எழுதியதும் விடுமுறையில் படிக்கப் புத்தகங்கள் கேட்டான். நான் முதலில் வாங்கிக் கொடுத்தது நா. பார்த்தசாரதியின் ‘குறிஞ்சி மலர்’. அரவிந்தனும் பூரணியும் தங்கள் வாழ்க்கையில் எத்தனை சோதனைகளைச் சந்தித்தாலும் அவர்கள் தற்கொலைக்கு முயற்சி செய்யவில்லையே. வாசகரின் கண்களில் குளம் கட்டி இறங்கும் கண்ணீர். ஆனாலும் இறுதி வரை அவர்கள் கொண்ட நம்பிக்கை குறையவில்லை. எவ்வளவு சிறப்பாக அர்ப்பணிப்பு உணர்வுடன் வாழ்க்கையை எதிர்கொண்டார்கள்?

எங்கும் எதற்கும் துவண்டு போய்விடவில்லை. அதனால்தான் இன்றும் தமிழ்ச் சமுதாய மூச்சுக்காற்று வெளிகளிலெல்லாம் அழியாக் காதலாகக் கலந்து, சிறு தூசுவாகவேனும் மிதந்துகொண்டிருக்கிறது, அவர்களின் உன்னதக் காதல்.

இனியும் அனார்கலியாக இருக்க மாட்டோம் நாங்கள். எங்களைச் சுற்றிச் செங்கல் அடுக்கிக் கல்லறை சமைக்க அனுமதிக்க மாட்டோம் நாங்கள். தந்தையை வெற்றி கொள்ள இயலாத சலீமாக அல்ல, தன் உயிரையும் காப்பாற்றிக்கொண்டு அனார்கலியையும் தன்னோடு வாழ வைக்கும் புதிய சலீமாகப் பிறவி எடுத்து வாருங்கள். வாசலில் வந்து வரவேற்போம்; ஆரத்தி எடுத்து ஆரத் தழுவிடுவோம்.

●●●

5

யாருக்காக மகளிர் தினம்?

பண்பலை வானொலி வரிசைகள் பிறப்பதற்கு முந்தைய காலகட்டம் அது. திருச்சி, சென்னை, சிலோன் வானொலி நிலையங்களின் வர்த்தக சேவை நிகழ்ச்சிகளைக் காத்திருந்து கேட்டு மகிழ்வோம். கிட்டத்தட்ட இருபத்தைந்தாண்டுகளுக்கு முன் ஒரு முன்னிரவு நேரம். நானும் எனது சகோதரிகளும் எங்கள் தலைமாட்டில் கூவும் வானொலிக் குயிலின் கீதத்தை ரசித்துக் கொண்டு படுத்திருந்தோம். நீங்கள் கேட்டவை ஒலிபரப்பாகிக் கொண்டிருந்தது. பி. பி. ஸ்ரீநிவாஸ் தனது இனிய குரலில்,

"காலங்களில் அவள் வசந்தம்
கலைகளிலே அவள் ஓவியம்
மாதங்களில் அவள் மார்கழி
மலர்களிலே அவள் மல்லிகை"

என்று பாடிக்கொண்டிருந்தார். உடனே நாங்கள் துள்ளிக் குதித்தோம். ஒரே மகிழ்ச்சி வெள்ளம். பாரேன், தான் விரும்பும் பெண்ணைக் காதலனொருவன் எவ்வாறெல்லாம் உயர்த்தி,

ஒப்புமைப்படுத்திப் பாடுகிறான்? தனக்கு மகிழ்ச்சி தருவனவும், பயன் தருவனவும், தான் கண்ணால் கண்டு களிப்பனவும் ஆகிய அனைத்துமே பெண் என்கின்றானே! கற்பனை செய்கின்றானே! என்று வியந்தோம்.

அப்பொழுது எங்களுக்குத் தெரியவில்லை, "ஏட்டுச் சுரைக்காய் கறிக்கு உதவாது" என்று. பொய்யிலே பிறந்து பொய்யிலே வளர்ந்த புலவர் பெருமக்கள் புனைந்து எழுதுவது கவியின்பம் பருக மட்டுமே என்பதும் விளங்கவில்லை.

மாதங்களில் அவள் மார்கழி என்று பாடினாலும் மகிழ்ச்சி அடைகின்றோம். மார்ச் மாதம் மகளிர் மாதம் என்று கூறினாலும் பேருவகை அடைகின்றோம். இதனால் பெண் சமுதாயம் பெறும் பயன் என்ன என்பதைச் சிந்தித்தோமா? உங்கள் நெஞ்சில் கை வைத்துச் சொல்லுங்கள், இதோ முடிந்துவிட்டது பெண்கள் மாதம்; தொடங்கியதா பெண்களுக்கு நல்ல காலம்?

நகரத்தின் பரபரப்பும் ஓயாத இரைச்சலும் விரவிக் கிடக்கும் மதுரை மாநகரத்தின் மிகப் பெரிய திருமண மண்டபம் அது. நூற்றுக்கணக்கான பெண்கள் கூட்டம். அந்தப் பெண் தேவதைகளின் பட்டுப் புடவைகளும் அலங்கார அணிகலன்களும் பளிச்செனத் தெரிந்தன. மெக்சிகோவின் வண்ணத்துப் பூச்சிகள் சரணாலயம் இடம் பெயர்ந்து இங்கு வந்ததோ என ஒரு கணம் திகைத்தேன். சர்வதேச மகளிர் தினம் கொண்டாடுகிறார்களாம். பெண்களின் குதூகலம் காற்றில் கலந்த ஒலி அலைகளில் தெரிந்தது. எத்தனையெத்தனை போட்டிகள்! பரிசுகள், ஆட்டம் பாட்டம் கொண்டாட்டங்கள்! விருதுகளுக்கும் விருந்துக்கும் ஆங்கே குறைவில்லை.

விழா நிறைவடைந்தது. எல்லாப் பெண்களையும் தங்கள் வீடு பற்றிய கவலை சுற்றி வளைத்துக் கொண்டது; வீடு திரும்பி இருப்பாரா கணவர்? சாப்பிட்டிருப்பாரா? எண்ணங்களின் வேகத்திற்கு ஈடு கொடுத்துக் கிடைத்த ஊர்திகளில் அவசர அவசரமாகத் தங்களைத் திணித்துக்கொண்டு தங்களின் கூடுகளை நோக்கிப் பறந்தன அந்த வண்ணப்பறவைகள்.

காலையில் தினமும் கண் விழித்ததும் முதலில் அடுப்பில் வைப்பது பால் குக்கரா? ரைஸ் குக்கரா? என்று யோசித்துக்

நீசமாக எண்ணாதே நீச்சலடிக்கக் கற்றுக்கொடு

கொண்டேதான் படுக்கையறைப் படியைத் தாண்டிக் கால் வைக்க வேண்டும்; கொழுநன் தொழுது எழக்கூட நேரமிருக்காது. பத்துக் கைகள் கொண்ட பத்ரகாளியாய்ப் பரபரவென்று சுற்றிச் சுழன்று வீட்டு வேலைகளை முடித்துப் பணிக்குச் செல்ல வேண்டும். பாரதிதாசன் கூறியது போல், தன் பெண்டு (/கணவன்), தன் பிள்ளை, சோறு, வீடு, சம்பாத்தியம் இவையுண்டு, தானுண்டு என்று சின்னதொரு கடுகு போல் உள்ளம் கொண்டு வாழ்கிறோம்.

இந்தச் சூழலில் விழாக்களெல்லாம் கூடுதல் மகிழ்ச்சியே தவிர, எங்களின் ஆழ்மன ஏக்கங்கள் என்ன தெரியுமா? குற்றாலக் குறவஞ்சியில் திரிகூடராசப்பக் கவிராயர் பாடினாரே,

"வானரங்கள் கனி கொடுத்து
மந்தியொடு கொஞ்சும்;
மந்தி சிந்து கனிகளுக்கு
வான் கவிகள் கெஞ்சும்" என்று.

வனத்திலும் மலையிலும் உறையும் குரங்குகளின் காதல் உணர்வில் மெய் சிலிர்க்கிறது. ஆணாதிக்கம் அங்கே இல்லை. கெஞ்சலும் கொஞ்சலுமே காதல் நெறியாகிறது.

அழகின் சிரிப்பில், புறாக்களின் ஒழுக்கம் பற்றிப் போர்வாள்கவி பாடுகின்றான்:

"ஒருபெட்டை மத்தாப் பைப்போல்
ஒளிபுரிந் திட நின்றாலும்
திரும்பியும் பார்ப்பதில்லை
வேறொரு சேவல்! ... "

கம்பன் காப்பியத்தில், 'அண்ணலும் நோக்கினான்; அவளும் நோக்கினாள்' என்று படிக்குந்தோறும் மனம் மயங்குகிறது.

இப்படியெல்லாம் இலக்கிய ரசனையோடும் தனி மனித ஒழுக்கத்தோடும் தன் கணவனால் தான் காதலிக்கப்பட வேண்டும் என்று கற்பனையில் அலைகிறது பெண் மனது.

ஆறறிவுள்ள மனிதர்களின் காதல் நிச்சயமாகப் புனிதமானது. அதில் எள்ளளவும் ஐயம் வேண்டாம். எந்த அளவுப் புரிதல் உள்ளது? அதுதான் தொக்கி நிற்கும் கேள்வி. காட்டாற்று வெள்ளமெனப் பாயும் கணவனின் காதல், மனைவி என்னும் சிற்றோடையில் கலந்து விடுகிறதா? ஆக்கிரமித்து நிற்கிறதா? மனைவியின் உணர்வுகளுக்கு மதிப்பளித்து, அவளது சொந்த விருப்பு வெறுப்புகளுக்கு இடமளித்து, அவளாகவே தனக்குள் மயங்கித் தன் கணவனுக்குள் கரைந்து காணாமல் போக வாய்ப்பளிக்கப்படுகிறதா?

ஏழு மணிக்கு மேல நீயும் இன்ப லெட்சுமி என்று பாடிவிட்டுப் போங்கள் தவறில்லை. ஆனால் பகல் முழுதும் உழைத்துக் களைத்து வரும் மனைவிக்குக் கண்கள் மலர ஒரு புன்னகைப் பூங்கொத்து கொடுக்கலாமே. சின்னதாய்த் தோள் சேர்த்து ஒரு அரவணைப்பு; செல்லமாய்க் கன்னத்தில் ஒரு தட்டு; சிறு சிறு பாராட்டுகள்; எல்லாவற்றையும் விடச் சிறிது நேரம் அருகமர்ந்து சிரித்துப் பேசலாமே.

கணவனுக்குப் பிடித்த எல்லாமே மனைவிக்குப் பிடிக்க வேண்டும் என்பது எக்காலத்தும் எதிர்பார்க்கப்படுகின்ற எழுதப்படாத சட்டம். இருந்துவிட்டுப் போகட்டும். மனைவிக்கு என்னவெல்லாம் பிடிக்கும் என்றாவது கணவனுக்குத் தெரியுமா? தெரிந்துகொள்ள முயற்சியாவது செய்யலாமே.

என் கணவருக்கு அடிக்கடி எழுதுகோல்கள் வாங்கும் பழக்கம் உண்டு. வாங்கிய சிறிது நாள்களிலேயே பழசாகிப் போனதை என்னிடம் தந்துவிட்டு அவர் மீண்டும் புதிய பேனா வாங்கிக் கொள்வார். எனக்கு இது ஒன்றும் பெரிய செய்தியாகத் தெரிந்ததில்லை.

ஆனால் என் தோழி வளர்மதி, நான்காண்டுகளுக்கு ஒருமுறை தான் புதிய கார் வாங்கிக் கொண்டு, பழைய காரைத் தன் கணவனிடம் கொடுத்துவிடுவதாகக் கூறிய பொழுது மனம் மிகவும் மகிழ்ச்சியடைந்தது. முகம் அறிந்திராத அவளது கணவரை வாழ்த்தியது நெஞ்சம். இப்படியான மகிழ்ச்சியான நிமிடங்களைத் தரலாமே. "ஒரு தனித்த வனத்தில் அணைத்து எனக்கு உணர்ச்சி கொடுத்து முகிழ்த்த வா" என்று கண்ணனை அழைப்பது போல் கேட்கிறதல்லவா?

தமிழ்நாட்டில் பொங்கல் வைத்தாலும், வடநாட்டில் வண்ணப் பொடிகளைப்பூசிக் கொண்டாலும் தொட்டதெற்கெல்லாம் என் முகநூல் நண்பர்கள் அனைவருக்கும் வாழ்த்துகள் பதிவிடுவேன். ஆனால் மகளிர் தின வாழ்த்துகள் மட்டும் எந்தத் தோழிக்கும் சொல்ல மனம் வரவில்லை. திருச்சி, காரைக்குடி, புதுக்கோட்டை எனப் பல ஊர்களிலும் மகளிர் தினவிழாக் கூட்டங்களில் சொற்பொழிவாற்றிய போதும் மறந்தும் கூட எவருக்கும் வாழ்த்துகளைப் பகிரவில்லை. ஏனெனில், தங்களுக்காக ஒருநாள் கொண்டாடப்படுகிறது என்பதைக் கூட அறியாமல் எத்தனை கோடிப் பெண்கள் நம் நாட்டில் வாழ்ந்து கொண்டிருக்கிறார்கள்? என்ற எண்ணத்தில் குமைகிறேன்.

எங்கள் வீட்டில் ஏனம் தேய்க்கும் பொன்னழகிக்குக் கை கொடுத்தேன். இறுகப் பற்றிக் கொண்டாள் என் கைகளை, விடவேயில்லை. நான் சொன்னேன் "மகளிர் தின வாழ்த்துகள்".

வெட்கப்பட்டுச் சிரித்தாள். "புரியல டீச்சர்" என்றாள்.

விளக்கிச் சொன்னேன். ஏதோ விளங்கிக் கொண்டது போல் தலையாட்டினாள். அடுத்த பாணம் தொடுத்தேன். சுவாமி கமலாத்மானந்தரின் "தெய்வ பக்திக் கதைகள்" கொடுத்தேன்.

"இந்தப் புத்தகத்தைப் படிப்பா".

"எனக்குப் படிக்கத் தெரியாதே".

'உன் மகளைப் படிக்கச் சொல்லிக் கேள்". அரைகுறை மனதுடன் நூலைப் பெற்றுக் கொண்டாள்.

நான் சிறுமியாக இருந்த பொழுது, என் அம்மா தொலைநிலைக் கல்வியில் இளங்கலை தமிழ்ப் பட்டப் படிப்புப் படித்துக் கொண்டிருந்தார். எப்போதும் சேட்டைகளும் சண்டைகளும் செய்யும் ஐந்து குழந்தைகள்; அடிக்கடி திட்டிக் கொண்டே இருக்கும் மாமியார். அம்மா சொல்லைத் தட்டாது ஏற்று அடித்து நொறுக்கும் அன்பான கணவர். உதவிக்கு யாரும் கிடையாது.

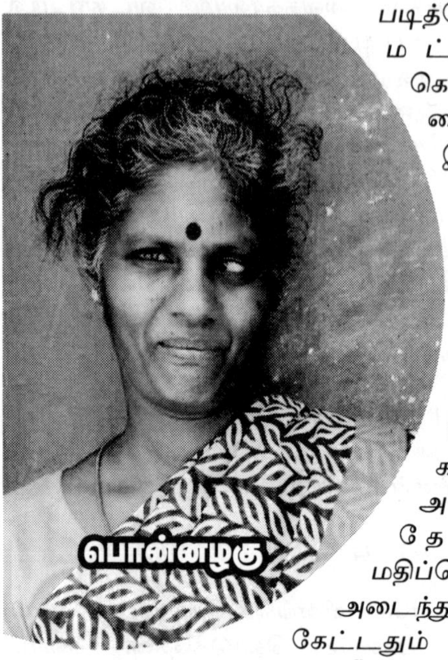

படித்தே ஆக வேண்டும் என்ற வெறி மட்டும் மனதிற்குள் கொழுந்துவிட்டு எரிந்தது. என் கையில் தொல்காப்பியம், நாடக இலக்கியம், உரைநடை, செய்யுள் எனத் தினம் ஒரு புத்தகம் கொடுத்து, அடுப்படியில் நின்று வாசிக்கச் சொல்வார். நான் படிப்பதை விறகடுப்பை ஊதிக் கொண்டும், ஆட்டுக்கல்லில் மாவரைத்துக் கொண்டும் கூர்ந்து கவனிப்பார். அப்படியே அதைப் பல்கலைக் கழகத் தேர்வில் எழுதி, நல்ல மதிப்பெண்கள் பெற்றுத் தேர்ச்சியும் அடைந்து விட்டார். இந்தக் கதையைக் கேட்டதும் பொன்னழகுவின் கண்கள் விரிந்தன. "நானும் படிக்கிறேன்" என்றாள் ஒரு உத்வேகத்துடன்.

எனது மற்றொரு தோழி, புதிய பேருந்து நிலையம் அருகில் கொய்யாப்பழம் விற்கும் தனலெட்சுமி. அதிகாலையில் விடியும் முன்னே திண்டுக்கல் அருகில் ஒரு சிற்றூரிலுள்ள தன் வீட்டைவிட்டுப் புறப்படுகிறாள். மதுரையில் இறங்கிப் பழங்களை வாங்கிக் கொண்டு காரைக்குடியில் வந்து விற்றுச் செல்கிறாள் நாளும். அவள் வாழ்க்கையில் எப்பொழுது விடியல் என்பதும் அவளுக்குத் தெரியாது; மகளிர் தினம் பற்றியும் அவளுக்குத் தெரியாது. தனது ஆறு வயது மகளைப் பெரிய படிப்புப் படிக்க வைக்க வேண்டும் என்பது மட்டும் அவளுக்குள் ஒரு பெரு நெருப்பாய்க் கனன்று கொண்டிருக்கின்றது. தனலட்சுமிக்குக் கைகொடுத்து, மகளிர் தின வாழ்த்துகள் கூறினேன். விளக்கமும் கொடுக்க வேண்டியிருந்தது. வி.சி.வில்வம் எழுதிய "கிளம்பிட்டாங்கய்யா... கிளம்பிட்டாங்க..." என்ற நூல், சட்டைத் துணியொன்று, மஞ்சள், குங்குமம் ஆகியவற்றைப் பரிசளித்தேன்.

மகிழ்ச்சிப் பெருக்கில் 'அக்கா' என்று கண்கலங்கி, கட்டி அணைத்துக் கொண்டாள் என்னை.

இந்த இரு பெண்களும் குடிப்பழக்கத்திற்கு அடிமையான தங்கள் கணவனால் பொருளாதார ரீதியாகக் கைவிடப்பட்டவர்கள். ஆனால் தங்கள் குழந்தைகளின் எதிர்கால மலர்ச்சிக்காகத் தன்னம்பிக்கைத் தேரில் ஏறிப் பவனி வருகிறார்கள்.

இவர்கள் மட்டுமா? இன்னும் சந்தையில், கடைவீதியில், தெருவோரக் கடைகளிலென நாம் பார்க்கும் இடமெங்கும் கடமையில் கண்ணும் கருத்துமாகத் திரியும் பெண்களிடம் பேசிப் பாருங்கள். அவர்கள் அனைவரின் கண்களுக்குப் பின்னும் எந்த மணித்துளியும் உடையத் தயாராய் ஒரு கண்ணீர் அணைக்கட்டு வெளியில் தெரியாமல் கட்டப்பட்டு இருக்கும்.

இவர்களுக்கெல்லாம் நம்மால் என்ன ஆறுதல் தர முடியும்? சொல்லுங்கள். மது, மாமிசம், பெண்ணாசை ஒழித்து ஒவ்வொரு கணவனும் ஒரு மகாத்மா ஆக வேண்டும் என்று எதிர்பார்க்கவில்லை. சராசரி மனிதனாக, அன்புள்ள துணையாகக் காரியம் யாவினும் கை கொடுத்து உடன் வரலாமே. அம்மி மிதித்து, அருந்ததி பார்த்து, கவவுக்கை நெகிழாது தீ வலம் வந்த அந்த நாளில், அந்தக் கணத்தில் அடைந்த இன்பம் வாழ்நாள் முழுதும் கிடைக்க அருள் புரியலாமே. சற்றே யோசித்துப் பாருங்களேன்.

இன்னும் சில சகோதரர்கள் ரௌத்திரம் பழகினால்தான் ஆண்மை மிடுக்கிற்கு அழகு என நினைத்துக்கொண்டிருக்கிறார்கள். பாம்பு எனில், சீற வேண்டும். ஆனால், கொத்திக் கொண்டே திரிந்தால்,.. ஒரு காலத்தில் அது கொத்துவதற்கு ஆளே இல்லாமல் போய் விடும் அல்லவா?

எழுத்துச் சித்தர் பாலகுமாரன் கூறுவார், அன்பு கிடைக்க வேண்டுமெனில் மண்டியிடு என்று. மண்டிபோட வேண்டாம்; மன்னவனாகக் கம்பீரமாக இருங்கள். தன்னையே கொல்லும் சினத்தை மட்டும் குறைத்துக் கொள்ளலாமே.

ஐ.நா.வின் "அமைதித் தூதர்" விருதினை **10.04.2017** அன்று பெற்றுக்கொண்டு உரையாற்றும் போது மலாலா யுசுப் சாய், பெண்களின் சிறகுகளைக் கட்டிப் போடாமல் அவர்களைச்

சுதந்திரமாகப் பறக்க விடவேண்டும் என்று ஆண்களைக் கேட்டுக் கொண்டார்.

இங்கு ஒரு ஐயம். சிறகுகளை விரிக்க எத்தனை பெண்கள் தயாராக இருக்கிறார்கள்? பெண்களிடம் ஒரு கேள்வி: நெடுவாசலில் தொடரும் ஆர்ப்பாட்டம், டெல்லியில் விவசாயிகள் கோவணத்துடன் போராட்டம், ஆர் கே நகரில் இடைத்தேர்தல் ஒத்திவைப்பு, அண்ணா சாலையில் ஏற்பட்ட திடீர்ப் பள்ளம், திருப்பூரில் மதுக்கடைக்கு எதிராக மறியலில் ஈடுபட்ட பெண்களுக்கும் தடியடி இப்படி நாட்டு நடப்புகள் பற்றிக் குடும்பத்தில் கலந்துரையாடினீர்களா? அடுப்படியில் இருந்து கொஞ்சம் வெளியில் எட்டிப் பாருங்கள். சமுதாயப் பார்வையோடு உங்கள் கருத்துகளைக் கூறுங்கள். பிறகு கரண்டியை இறுகப் பற்றிக் கொள்ளுங்கள். அறியாமை இருளைவிட்டு வெளியே வந்து சிறிது நேரம் தீக்குச்சி வெளிச்சத்திலாவது உலாவுங்கள்.

"லட்சியத்தை நோக்கிப் படிப்படியாக முன்னேறுங்கள். நிச்சயம் வெற்றி உங்களுக்கு வசப்படும்" என்று சொல்லும் அருணிமா சின்ஹா, என்ற ஒரு காலை மட்டுமே உடைய பெண் 2013, மே மாதம் எவரெஸ்ட் சிகரத்தில் கால் பதித்தார். உத்தரப் பிரதேசத்தில் ஒரு எளிமையான குடும்பத்தில் பிறந்த இவருக்குச் சிறு வயது முதலே ஏதாவது சாதிக்க வேண்டும் என்று செங்குருதியில் உறுதி இருந்தது. அரசுத்துறைத் தேர்வில் வெற்றி பெற்று, ஒரு நேர்காணலுக்காக 2011 ஆம் ஆண்டு ஏப்ரல் 11 ஆம் தேதி பத்மாவதி விரைவு வண்டியில் லக்னோவில் இருந்து தலைநகர் டெல்லிக்குச் சென்றார்.

அருணிமா சின்ஹா

பயணத்தின் போது இருப்பூர்திக் கொள்ளையர்களால் ஓடும் தொடர் வண்டியில் இருந்து தூக்கி எறியப்பட்டுத் தன் காலினை இழந்தார். ஆனால் கொண்ட குறிக்கோளினைக் கைவிடவில்லை. செயற்கைக் கால் பொருத்திக்கொண்டு தன்

நீசமாக எண்ணாதே நீச்சலடிக்கக் கற்றுக்கொடு

அண்ணன் உதவியுடன் எவரெஸ்ட் சிகர ஏற்றப் பயிற்சியாளர் பாலேந்திர பால் துணையுடன் இரண்டு ஆண்டுகள் கடினமான பயிற்சிகள் எடுத்தார்.

சாதனையும் நிகழ்த்தினார். இப்போது அரசு மத்தியத் தொழில் பாதுகாப்புப் படையில் பணியாற்றி வருகிறார். இந்தச் சாதனை வாயிலாக அவருக்குக் கிடைத்த பல லட்சம் ரூபாய்ப் பணத்தில் பண்டிட் சந்திரசேகர ஆசாத் பெயரில் இலவச விளையாட்டுப் பயிற்சி மையம் ஒன்றை நிறுவியுள்ளார். தன்னைப் போல் சாதனை படைக்க நினைத்து அதற்கான வழிகள் தெரியாமல் தவிப்போருக்கு உதவி வருகிறார்.

பாருங்கள், பொன்னழகி, தனலெட்சுமி மட்டுமல்ல, அங்கத்தில் ஒரு குறைவுபட்டாலும் தன்னம்பிக்கைக் குறைவு படாமல் சாதித்த அருணிமா சின்ஹா போன்ற பெண்கள் வாழ்க்கையில் எந்த அளவு தொல்லைகள் வந்தாலும் பொறுத்துக்கொண்டு உழைத்து முன்னேறத் துடிக்கிறார்கள். அவர்களுக்கெல்லாம் வாழ்க்கை தாம் விரும்பிய வண்ணம் வசப்பட வேண்டும்.

இவர்களைப் போல் பல்லாயிரக்கணக்கான பெண்கள் எந்தச் சூழ்நிலையிலும் தங்களைப் பொருத்திக்கொள்ளத் தயாராக இருக்கிறார்கள்.. பசியால் அழும் குழந்தைக்குப் பஞ்சு மிட்டாய் வாங்கிக் கொடுத்து அமைதிப்படுத்தும் வேலை எல்லாம் இனி வேண்டாம். அன்பாகக் காதலுடன் கனிந்த மொழி பேசிக் களித்திருந்தாலே போதும். தினம் தினம் குடும்பத்தில் திருவிழா நாள் மகிழ்ச்சிகள் மத்தாப்புகளாய் மலரும். மகளிருக்கெனத் தனி விழாக்கள் தேவை இல்லை. உங்களின் இதயங்கள் கற்கோவிலாக இருக்கட்டும்; வணங்குகிறோம். கருங்கல் கோட்டையாக மாற வேண்டாம்; கதறுகிறோம்.

வானொலியில் இப்பொழுது ஒரு பாட்டு ஒலிபரப்பாகிக் கொண்டு இருக்கிறது. "பெண்ணே நீயும் பெண்ணா? பெண்ணாகிய ஓவியம்: ரெண்டே ரெண்டு கண்ணா ஒவ்வொன்றும் காவியம்". ஒரு புதிய தெளிவுடன் இதையும் ரசித்துக் கேட்போம்.

6

இருந்தாலும் இறந்தாலும்...

ஒவ்வோராண்டும் கோடை விடுமுறையைக் கொண்டாடிக் களிக்க எங்கள் தாத்தா வீட்டிற்குச் செல்வது வழக்கம். தோட்டத்தில் ஒரு கறிவேப்பிலை மரம், ஒரு கிளை மட்டும் வளைந்து நெளிந்து படிக்கட்டுகளுக்கு மேல் தாழ்வாக அந்தரத்தில் படுத்திருக்கும். பசுமையான இளந்தளிர்களுடனும் கருமையான முற்றிய காய்களுடனும் வெயிலுக்குக் குடைபிடித்து நிற்கும். இப்போது சென்னையின் சந்தடியில் குடியிருக்கும் லெட்சுமி மாமா படிக்கட்டில் தினமும் காலையில் வந்து அமர்வார். சிறிது நேரத்தில்,

"சாய் ஓடி வா, ஓடி வா"

"என்ன மாமா?"

"எங்க(ள்) அம்மா வந்துட்டா(ள்) பார்" என்பார்.

அங்கே அந்த மரக்கிளையில் நீலநிறமும் அடர்பழுப்பு நிறமும் கலந்த மீன்கொத்திப் பறவை ஒன்று வந்து ஒய்யாரமாக அமர்ந்திருக்கும். அலகினால் தன் உடலின் பின்னிறகுகளைக் கோதிக் கொள்ளும். எதையோ நினைத்துத் தலையை அடிக்கடிச் சிலுப்பிக் கொள்ளும். தோட்டத்தில் எத்தனையோ மரங்கள் இருந்தாலும் வீட்டைப் பார்த்து நிற்கும் அந்த ஒற்றை மரக்கிளையில் மட்டுமே தினமும் வந்தமரும். அரை மணி நேரமாவது அங்கே தங்கிச் செல்லும். மிகவும் சிறிய வயதிலேயே தாயை இழந்த என்

நீசமாக எண்ணாதே நீச்சலடிக்கக் கற்றுக்கொடு

மாமாவிற்குத் தன் தாயே மீன்கொத்தியாய் மறு பிறவி எடுத்துத் தன் வீட்டையும் குழந்தைகளையும் தினமும் வந்து பார்த்துச் செல்வதாக அசைக்க முடியாத நம்பிக்கை.

உங்களுக்கெல்லாம் இது சிறுபிள்ளைத்தனமாகத் தோன்றலாம். இதழ்க் கோடியில் ஒரு புன்னகைக்கீற்று மின்னி மறையலாம். ஆனால் தாயின் இழப்பு என்பது ஒரு வீட்டின் முழு ஆளுமை இல்லாது போதல் என்பதாகும். எவராலும் தாங்கிக் கொள்ள இயலாத இழப்பும் சோகமும் ஆகும். பட்டிமன்றப் பேச்சாளர் திருமதி.பாரதி பாஸ்கர் அவர்கள் தாய் நம்மோடு இருக்கும் காலத்தில் நாம் அவர்களிடம் எவ்வாறெல்லாம் மனம் புண்படுமாறு நடந்துகொள்கின்றோம் என்பதையும், நாம் எவ்வாறு அன்புடன் நம் தாயிடம் நடந்துகொள்ள வேண்டும், ஆதரவாகப் பேச வேண்டும் என்பதையும் மிகவும் நெகிழ்ச்சியோடு அழகாக விளக்கிப் பேசியுள்ளார். முடிந்தால் யூ டியூபில் கேட்டுப் பாருங்கள். அம்மாவின் அருமை உணர்ந்து அவர் கதறியிருப்பதைக் காணலாம்.

காரைக்குடியில் இராமச்சந்திரன் என்று பணிஓய்வு பெற்ற ஆசிரியர் ஒருவர் இருந்தார். அவரது அன்பு மனைவி வள்ளி, எதிர்பாராத தருணத்தில் இரத்தத்தில் சர்க்கரையின் அளவு கூடிப்போக, மருத்துவம் பார்த்தும் பயனில்லாது இந்த மண்ணுலகை விட்டு நீங்கினார். மொத்தக் குடும்பமும் சோகத்தில் ஆழ்ந்தது. தாங்க இயலாத துக்கம் பரவியது. சிறிது நாட்கள் கழித்துப் பார்த்தபோது, அவர் மனைவியின் புகைப்படம் பதித்த மோதிரம் ஒன்று அவர் விரலில் குடிகொண்டிருந்தது. அவரது மகன்களான சிவநேசனும், சிங்காரவேலனும் தங்கள் அலுவலகங்களில் உயரதிகாரிகள் எனினும் அவர்களும் அதே போன்ற மோதிரம் அணிந்திருந்தனர். குடும்பத்திற்கு மகாலெட்சுமியாய் விளங்கிய அந்த உயிரின் இழப்பிலிருந்து மீளமுடியாத அவர்களுக்கு அந்த மோதிரம் ஓரளவு ஆறுதல் அளித்திருக்கலாம்.

என்னப்பா இன்று வாழுகின்ற பெண்களை விட்டுவிட்டு நீத்தார் பெருமை கூறுவது போல் உள்ளது என்று நினைக்கிறீர்களா? அதுவும் சரிதான். இப்போது செய்திக்கு வருகிறேன். எந்த ஒரு ஆண்மகனுக்கும் இத்தகைய இழப்புகளைத் தாங்கிக் கொள்ளும் உளவலிமை இல்லை. அழுவது ஆண்பிள்ளைக்கு அழகல்ல என்று சொல்லிச் சொல்லி வளர்க்கப்பட்டவர்கள்.

துக்கத்தை எவரிடமும் வெளிப்படையாகப் பகிர்ந்து கொள்ளவும் முடிவதில்லை; வாய்விட்டு அழவும் முடிவதில்லை. எல்லாவற்றையும் தன் மனதிற்குள் போட்டுப் புதைத்துக்கொண்டு மரித்துப்போன அந்த உயிரோடு மனநிறைவாக ஒரு அகவாழ்க்கை நடத்திக் கொண்டிருப்பார்கள் என்பதே உண்மை. பலருக்கு இந்தக் காலகட்டத்தில்தான் பல்வேறு சூழ்நிலைகளில் அவள் உயிரோடு இருந்திருந்தால்... என்ற கேள்விக்குறியும் ஆதங்கமும் எழுகிறது. தனக்கு எல்லாமுமாய் இருந்து தன்னைப் பராமரித்தவள் இல்லாது போன பிறகுதான் அவள் அருமை தெரிகிறது.

பல வருடங்களுக்கு முன் அம்பிகா அகத்தில் எங்களுக்குப் பக்கத்து வீட்டில் குடியிருந்தார் என் அன்புத் தோழி உமாராஜசேகர். பொருளாதார ரீதியில் மிகவும் தொல்லைப்பட்டுக் குடும்பம் நடத்திக் கொண்டிருந்த நேரம் அது. ஆனாலும் அவர் வீட்டின் ஒவ்வொரு இடமும் அவர் முகமும் எப்போதும் பளிச்சென்று ஒளிவீசிக் கொண்டிருக்கும். நான் பார்த்து வியந்திருக்கின்றேன். அவரிடமிருந்து நிறைய விஷயங்கள் கற்றுக்கொண்டும் இருக்கிறேன்.

எனவே மிகுந்த பாசமும் மரியாதையும் கொண்டிருந்தேன். ஒரு நாள் மதிய வேளையில், வீட்டு வேலைகளை எல்லாம் முடித்துவிட்டு ஓய்வாகப் பேசிக்கொண்டிருந்தோம். எங்கெங்கோ சுற்றி வந்த எங்கள் பேச்சின் திசை கணவரை நோக்கித் திரும்பியது. சம்பாத்தியம், செலவழிப்பது, குழந்தைகள், கணவன் மீது காதல் என்பதாகப் பேச்சு நகர்ந்தது. அப்போது திடீரென உமாக்கா,

"அவருக்கு முன்னாடி நான் செத்துப் போயிடக்கூடாது அக்கா" என்றார். எனக்குத் தூக்கிவாரிப்போட்டது.

"எல்லாப் பெண்களுமே பூவும் பொட்டுமாய்ச் சுமங்கலியாகச் சாகவேண்டும் என்றுதான் ஆசைப்படுவார்கள்; வரமாகவும் கேட்பார்கள். நீங்க என்னக்கா இப்படிச் சொல்கிறீர்கள்?"

"ஒரு விஷயம் சொல்றேன் நல்லாக் கேளுங்க அக்கா. பிறகு நான் சொல்வதுதான் சரி என்று புரியும்."

"சரி, சொல்லுங்க அக்கா".

“காலையில் எழுந்தது முதல் இரவு படுக்கச்செல்வது வரை ஒரு குழந்தையைப் போல் பார்த்துக்கொள்கிறேன் அவரை. தானாகச் சமையலறைக்குப் போய்ப் பானையிலிருந்து ஒரு கோப்பை தண்ணீர்கூட எடுத்துக் குடித்ததில்லை அவர். அவரை ஆதரவற்றவராக விட்டுச் சென்றால் அது பாவம் இல்லையா? மகள் கணவன் வீட்டுக்குப் போய் விடுவாள். மருமகள் எந்த அளவிற்குப் பார்த்துக்கொள்ள இயலும்?

எனவே, கணவனை மிகவும் நேசிக்கும் மனைவிகள், முதலில் நிம்மதியாகத் தான் செத்துவிட வேண்டும் என்று நினைக்க மாட்டார்கள்” என்று விளக்கம் அளித்தார். என்னால் ஏற்றுக்கொள்ள இயலவில்லை. எனினும் அவர் கணவர் மேல் கொண்டிருந்தது ஆழமான, உண்மையான காதல் என்பது மட்டும் புரிந்தது. இப்படியும் பெண்கள் தங்கள் கணவனை மட்டுமே வாழ்வின் மையமாகக் கொண்டு வாழ்ந்துகொண்டிருக்கிறார்கள்!

கிட்டத்தட்ட எல்லா ஆண்களுக்கும் மனைவியின் அருமை நன்றாகத் தெரியும். அவளைச் சார்ந்த வாழ்க்கையே முழுமையானது என்பதும் புரியும். ஆனாலும் அடுப்படிக்குள் அடக்கி வைத்து ஆட்சி செய்யத்தான் இந்த ஆண்மனம் ஆசைப்படுகிறது. எதையும் கலந்து பேசவோ, முடிவெடுத்தலில் பங்கு கொள்ளவோ அவளை அனுமதிப்பதில்லை.

கேட்டால், ஓராயிரம் காரணங்கள் சொல்வர் பெண்களைத் தள்ளி வைப்பதற்கு. அவற்றுள் ஒன்று “பெண் புத்தி பின் புத்தி” என்பது. நான் கேட்கிறேன், எந்தப் பெண் சொன்னாள்? வைகை நதியை மூடுவதற்குத் தெர்மோகோல் அட்டைகளைக் கொண்டு வந்து நீர்ப்பரப்பின் மேல் போடுங்கள் என்று. யாராவது ஒரு பெண் அதிகாரியா ஆணையிட்டார்? திட்டமிட்டது, வாங்கியது, வந்தது, பரப்பியது, ஒரு சில நிமிடங்களில் அவை அனைத்தும் காற்றடித்ததில் கரையொதுங்கியதைக் கணடதும் உடனே பறந்தோடியது என அனைத்தும் வெள்ளை வேட்டி கட்டிய வீரத்தமிழ் மகன்கள்தானே.

ஆனால், இங்கு ஆண்புத்தி என்ற பேச்சே எழவில்லையே. எனவேதான் கூறுகிறேன், பழம் பஞ்சாங்கப் பேச்சுகளை முதலில் விட்டொழியுங்கள். கவிஞர் தமிழ்மதி நாகராஜன் தனது ”பாதை மாறிய பழமொழிகள்” என்ற நூலில் நூறு பழமொழிகளுக்குப்

புதுவிளக்கம் அளித்து அவை உண்மையில் தோன்றிய காரணத்தையும் அழகாக விளக்கி இருக்கிறார். அதுபோல் நான் இந்த ஒரு பழமொழிக்கு மட்டும் விளக்கம் கூற விழைகின்றேன். கேளுங்கள்.

பெண்புத்தியை ஏன் பின்புத்தி என்று முன்னோர்கள் கூறினர் என்று யோசித்துப் பார்த்தேன். விடை கிடைத்தது. ஒரு செயலைத் தொடங்குவதற்கு முன்பே, அந்தச் செயல்பாட்டிற்குப் பின்னால் ஏற்படக்கூடிய நன்மை தீமைகளைச் சிந்திக்கக் கூடியது பெண்புத்தி என்று எனக்குத் தோன்றியது. சரிதானே. மேலும் பின்விளைவுகள் கணிக்கப்பட்டால், அதற்கேற்ப முன்கூட்டியே ஒரு விழிப்புணர்வுடன் செயல்பட்டுத் தேவையான முன்னெச்சரிக்கை நடவடிக்கையையும் மேற்கொள்ளக்கூடிய ஆற்றல் வாய்ந்தவள் பெண் என்றும் கூறலாம் அல்லவா?

ஏனெனில், இன்று பெண்களின் செயல்பாடுகள் எப்படி இருக்கின்றன தெரியுமா? இராமாயணத்தில் பாலகாண்டத்தில் கவிச்சக்கரவர்த்திக் கம்பர் தம் காப்பியத்தலைவனின் வல்லமையை

"தடுத்து இமையாமல் இருந்தவர்தாளில்

மடுத்ததும் காண்நுதி வைத்ததும் நோக்கார்

கடுப்பினில் யாரும் அறிந்திலர்கையால்

எடுத்தது கண்டனர், இற்றது கேட்டார்"

என்று இராமன் அந்த வில்லின் ஒருமுனையைத் தன் காலின் கீழ் இருக்குமாறு மிதித்துக் கொண்டு, அதன் மற்றொரு முனையை வளைத்ததையும், நாணினைப் பூட்டியதையும், அச்செயல்கள் நிகழ்ந்த வேகத்தால் காணாதவர்கள் ஆனார்கள். முதலில் இராமன் அந்த வில்லை எடுத்ததைக் கண்டனர். உடனே அந்த வில் இற்றதைக் (முறிந்ததை) கேட்டார்கள் அவ்வளவுதான் என்று அழகுறப் பாடியிருப்பார். இதற்கு ஈடாகவே எந்தத் துறையிலும் எந்தச் சேவையிலும் பெண்கள் ஈடுபடுவது கண்களுக்குத் தெரிகிறது. விரைந்து செயலாற்றுவதிலும் ஓர் ஒழுங்கும் நேர்த்தியும் புலப்படுகின்றது. இறுதியில் அவர்கள் நாட்டுவது வெற்றிக் கொடிகளைத்தான். அதுமட்டும் எவர் கண்களுக்கும் தெரிவதில்லை.

இப்படிப்பட்ட பெண்களைப் போற்றாவிட்டால் கூடப் பரவாயில்லை; தூற்றாமலாவது இருக்கலாமே. யாரோ ஒரு கவிஞர் எழுதினாராம்:

பெண்கள் ஸ்கூட்டியை எடுப்பதும்
எமன் எருமை வாகனத்தில் வருவதும் ஒன்றுதான்

என்று... உண்மையில் கவிஞர் எனில், ஒரு பெண் இரு சக்கர வாகனம் ஓட்டி வருவதும் எவ்வளவு அழகு என்று ரசித்திருக்க வேண்டும். சமைப்பது, துவைப்பது என்று வீட்டு வேலைகளுக்கும், பூ கட்டுவது, துணி தைப்பது போன்ற நுண்ணிய வேலைகளுக்கும் பழக்கப்பட்ட பெண் இன்று போக்குவரத்து நெரிசல் மிகுந்த சாலைகளில் ஒரு லாவகத்துடன் நளினமாக வண்டி ஓட்டி வருகிறாள் என்று போற்றியிருந்தால் மகிழ்ந்திருக்கலாம். அதற்கடுத்த வரியில், மித வேகத்தில் பயணிக்க அறிவுறுத்தியிருந்தால் ஒரு அக்கறையோடு பகிரப்பட்டதாக மதித்து உடனே ஆய்வு செய்வோம் அல்லவா?

திட்டமிடுதலில் சிறந்தவர்கள் பெண்கள் என்பதை அன்றாட வாழ்க்கையில் அவர்கள் திட்டமிட்டுக் குடும்பத்தை வழிநடத்தும் போதும் காண முடிகிறது. பல குடும்பங்களில் பல தலைமுறைகள் ஒன்றாகக் கூடும்போதும், விடுமுறைக்கு அல்லது திருவிழாவிற்காகக் குடும்பத்தில் உள்ளவர்கள் அனைவரும் வந்து சேரும் போதும், குடும்பத்தலைவியால்தான் எத்தனை இட்லிகள் தேவைப்படும்? எத்தனை குழித் தட்டுகளில் ஊற்றலாம்? என்பது தொடங்கி வீட்டின் நீர் மேலாண்மை வரை அழகாகத் திட்டமிட்டுப் பற்றாக்குறை ஏற்படாவண்ணம் சமாளிக்க இயலுகிறது.

சமையலைப் பற்றிப் பேசினாலே இந்த ஆண்கள் எல்லோரும் என்ன கூறுகிறார்கள் தெரியுமா? நளபாகம் தெரியுமா உங்களுக்கு? சமையலில் வல்லவர் தாங்களே என்கிறார்கள். இருக்கலாம். ஆனால் நாள்தோறும் உங்கள் வீட்டிற்குள்ளே நளமகாராஜாவாக அடுப்படியில் வலம் வருபவர்கள் எத்தனை பேர்? ஓய்வு பெற்ற பிறகு மனைவிக்கு வெங்காயமும், வெள்ளைப்பூண்டும், அவித்த உருளைக் கிழங்கும் உரித்துக் கொடுக்கும் ஒரு சில கணவன்மார்களைத்தான் காண முடிகிறது. இதையும் ஓடியாடிய வயதில், மனைவியும் வேலைக்குப் போகிற நேரத்தில்

செய்திருந்தால், அந்நன்றி ஞாலத்தின் மாணப் பெரிதாகத் தோன்றியிருக்குமே என்றுதான் நான் கூறவருகிறேன்.

சரி, சமைத்தால் மட்டும் போதுமா? விருந்தோம்பலும் உபசரித்தலும் தமிழர் மரபின் செம்மையான பண்பாட்டு ஒழுக்கமல்லவா? அதையும் பெண்கள் எப்படிச் சிறப்பாகச் செய்கிறார்கள் என்று பார்ப்போமே. அடுக்களை டப்பாக்களில், அஞ்சரைப் பெட்டியில் என்ன இருக்கிறது என்று தெரியாமலே அந்தக் காலத்தில் திண்ணையிலும், இன்று கூடத்திலும் அமர்ந்து கொண்டு, "ஐந்தாறு பேர் வந்திருக்கிறார்கள். சேர்த்து சமையல் செய்துவிடு" என்று கட்டளையிடுவதோடு கணவன்மார்களின் வேலை முடிந்துவிடுகிறது. இருப்பதைக் கொண்டு சிறப்பாய்ச் செய்து, அதை முறைப்படிப் பரிமாறி உபசரிப்பவர்கள் பெண்களே.

இந்த நேரத்தில் நாம் கட்டாயம் ஒருவரைப் பற்றித் தெரிந்து கொள்ள வேண்டும். திருவாரூரில் ஜீவரெத்தினம் என்று எங்கள் பெரியம்மா ஒருவர் இருந்தார். உடற்கல்வி ஆசிரியராகப் பணிபுரிந்து கொண்டிருந்தார். எதையுமே தான் உண்ணவோ உடுத்தவோ அனுபவிக்கவோ ஆர்வம் கொள்ளாதவர். வீட்டில் உள்ளவர்களும் வீட்டிற்கு வந்து செல்பவர்களும் மகிழ்ச்சியாக இருக்க வேண்டும் என்பதே அவரது குறிக்கோள்.

விருந்துண்ணுவதற்கு அவர் மற்றவர்களை அழைக்கும் பாணியே அலாதியானது. என்ன செய்வார் தெரியுமா? குவளையில் தண்ணீர் எடுத்து வந்து விருந்தினர் கையில் கொடுத்து, "கை கழுவிட்டுச் சாப்பிட வாங்க" என்று அழைப்பார். பசியே இல்லாவிட்டால் கூட நம்மால் மறுக்க இயலுமா? அவர் அன்பில் நனைந்து திளைப்பதற்காகவேனும் சாப்பிடச் சென்றுவிடுவோம் தானே!

அடுத்தது, ஒரு அறிவியல்பூர்வக் கருத்தையும் உங்களோடு பகிர்ந்துகொள்ள ஆசைப்படுகிறேன். திருவண்ணாமலை மாவட்டம், செய்யாறு, வேதபுரீஸ்வரர் ஆலயத்தில் ஒருமுறை திருஞான சம்பந்தர் பத்துப் பதிகங்கள் பாடி, ஆண்பனை மரங்களை எல்லாம் பெண்பனைகளாக மாற்றினார். அவற்றில் நுங்குக் காய்களைக் காய்க்கவும் செய்தார் என்பது புராணம் கூறும் கதை. ஆனால் உண்மை வாழ்வில் குட்டிக்கரணம் போட்டாலும் தலைகீழாக

நீசமாக எண்ணாதே நீச்சலடிக்கக் கற்றுக்கொடு

நின்றாலும் ஆண்களால் 'தாய்மை' என்னும் உன்னத வரத்தைப் பெறவே இயலாது.

மனித மூளையும் அறிவியல் தொழில் நுட்பமும் போட்டி போட்டுக் கொண்டு வளர்ச்சி அடைந்து கொண்டிருக்கின்ற இந்த நூற்றாண்டில் மட்டுமல்ல, எந்தக் காலத்திலும் பெண்கள் மட்டுமே தன் கர்ப்பப்பையில் கரு சுமந்து, உருமாறி, குடும்ப வாரிசாம் பிள்ளைப் பேற்றினைத் தரமுடியும். இத்தகு ஆற்றலைப் பெற்ற பெண்களைப் பேணிப் பாதுகாத்து, அவர்கள் மனம் விரும்பியபடி போற்றினால், குடும்பத்தில் என்றென்றும் மகிழ்ச்சி குடிகொண்டிருக்கும் அல்லவா?

பிரபல திரைப்பட நடிகை ஷபானா ஆஸ்மி, டுவிட்டரில் தனது அண்மை ட்வீட்டில், முப்பது ஆண்டுகளுக்கும் மேலாகத் தன் கணவர் தன்னை மிகவும் சந்தோஷமாக வைத்திருப்பதாகப் பதிவு செய்துள்ளார். இது எவ்வளவு பெரிய விஷயம்! இதைத் தவிர வேறென்ன வேண்டும் ஒரு அன்பு மனைவிக்கு? இதைத்தான் நானும் எதிர்பார்க்கிறேன். பெண்கள் எல்லோருமே இப்படி வெளிப்படையாக, உண்மையாக, பெருமகிழ்ச்சியோடு கூறிக்கொள்ளும் காலம் வெகு விரைவில் வரவேண்டும்.

பெண்கள், அன்னலெட்சுமியாய், சந்தான லெட்சுமியாய், சரஸ்வதியாய், செயல் வீராங்கனைகளாக வலம் வருகிறார்கள். வாழுகின்ற காலத்தில் அவர்களிடம் முழுமையான காதலும் பாசமும் கொண்டு இன்புற்றிருந்தால் வாழ்நாள் முழுக்க நம் வீடு பூலோக சொர்க்கமாகித் திகழும். மேன்மைக்கான வழிகாட்டி என்ற நூலில் ராபின் ஷர்மா "கொடுங்கள், பெறுவதற்காக" என்று ஒரு கட்டுரைத் தலைப்பில் கூறியிருப்பார்.

இதுவே வாழ்க்கை ரகசியம், இதைப் புரிந்துகொள்ளுங்கள். பெண்கள் இருந்தாலும் இறந்தாலும் ஆண்களின் கடைசி மூச்சு உள்ளவரை உணர்வுப்பூர்வமாகக் கூடவே இருப்பவர்கள். மூச்சுக்காற்றாய் உணரும்பொழுதினில் தென்றலாவோம்; மூச்சடைக்க முயலும் பொழுதினில் புயலாவோம். தென்றலா? புயலா? என்பதை நீங்களே தீர்மானித்துக்கொள்ளுங்கள்.

●●●

7

தொல்லைத் தளங்கள்

செப்டெம்பர் மாதம் ஏழாம் நாள் என் செல்ல மகள் பிறந்த நாள். இரண்டு ஆண்டுகளுக்கு முன்பு நெய் மணக்கும் கேசரியும், தேங்காய்ச் சட்டினியுடன் பஜ்ஜியும் செய்து மகிழ்ச்சியாக உண்டு கொண்டாடினோம். விதம் விதமாகப் புகைப்படங்கள் பிடித்தோம். நண்பர்களின் வாழ்த்துகள் வேண்டி, முகநூலில் பதிவிட்டேன். அடுத்த அரைமணி நேரத்திற்குள் என் தோழி ஆனந்தி செல்வா, "பாப்பாவின் புகைப்படம் வேண்டாமே, டெலீட் பண்ணி விடுங்கள்" என்று அறிவுறுத்தினார். உடனே, என் மகளின் குழந்தைப் பருவப் படம் ஒன்றினைப் பதிவேற்றினேன். அவரும் ஓர் ஆசிரியர். முகநூல் சமூகத்தின் மீதான அவரது பயமும், நட்பின் மீது அவர் கொண்டுள்ள அக்கறையும் ஒருங்கே கண்டேன்; நெகிழ்ந்தேன். நண்பர்களின் வாழ்த்துகளினூடாக ஒரு உறுத்தலுடனே அந்த ஆண்டு ஓடிவிட்டது.

இரு வாரங்களுக்கு முன், மீண்டும் இதைப் போன்ற ஒரு நிகழ்வென்றால், நம்புவீர்களா? உண்மையில் நடந்ததைத்தான் உங்களுடன் பகிர்ந்து கொள்கிறேன். கேளுங்கள்.

சென்ற வருடத்து நினைவாக, ***(see your memories)*** என் மகளைப் பதினொன்றாம் வகுப்பில், அவள் விருப்பப்படி வணிகவியல் பாடப் பிரிவில் சேர்த்ததை முகநூலில் பகிர்ந்திருந்தேன். அதில் அவளது அழகிய புகைப் படமும் இருந்தது. பத்தே நிமிடத்தில் என் தோழி மணிமேகலை அழகு, "பாப்பா ஃபோட்டோ வேண்டாமே, பிளீஸ்" என்றார். இவரும் ஓர் ஆசிரியரே. சமூகத் தொண்டுகளிலும் ஆர்வமாகத் தன்னை இணைத்துக் கொண்டிருப்பவர்.

இரண்டாவது முறையாக எனக்கு எச்சரிக்கை மணி அடிக்கப்பட்டுள்ளது என்றதும் இந்த முறை நான் சிந்திக்கத் தொடங்கினேன்.

அடுக்களைகளுக்குள்ளும் அந்தப்புரங்களிலும் பூட்டி வைக்கப்பட்ட பெண்கள் இன்று சமூக வலைத்தளங்கள் வரை வந்திருக்கிறார்கள். இது ஒரு சாதாரண எளிய பயணம் அன்று. பாரதியார் குரலெழுப்பி, பாரதிதாசன் வழி மொழிந்து, பெரியாரும் மற்றும் பல பெரியோரும் கூவிக்கூவிப் பெண்ணடிமைத்தளையை உடைத்திருக்கின்றனர். அப்படியும் விரும்பி ஏற்றுக்கொண்ட அடிமைத்தனம் என்று சொல்லிச்சொல்லி மணியம்மைகளை இன்னும் வளர்த்துக்கொண்டுதான் இருக்கிறார்கள்.

இன்றைக்குப் பெண்கள் படிக்கவும், வேலைக்குச் செல்லவும் சுதந்திரம் அளிக்கப்பட்டிருப்பது உண்மை. அது திருமணத்திற்கு முன் அப்பா, அண்ணன், தம்பிகளாலும் திருமணத்திற்குப் பின் அன்புக் கணவனாலும் கட்டுப்படுத்தப்பட்ட அல்லது கண்காணிக்கப்படும் சுதந்திரமாகவேதானே இருக்கிறது! இதுதான் பாதுகாப்பு என்று பழக்கிப் பெண்களை நம்பவைத்து விட்டார்கள். எங்களுக்குப் பாதுகாப்பு தருவதில் ஆண் சமூகம் தங்களது பொன்னான நேரத்தைச் செலவழிக்காமல், எங்களுக்குப் பாதுகாப்பானதொரு சமூகத்தைத் தாருங்கள் என்று எந்தப் பெண்ணையும் சிந்தித்து வேண்டுகோள் விடுக்க அனுமதிப்பதில்லை.

கல்வியில் சமவாய்ப்பு, வேலை வாய்ப்பில் முன்னுரிமை, பேருந்தில் தனியிருக்கை, மகளிர் மட்டும் கடைகள் என இப்படிச் சில பஞ்சு மிட்டாய்களைக் கண்ணில் காட்டி, சர்க்கரைப் பாகில் விழுந்த ஈக்களாகப் பெண்ணினம் பராமரிக்கப்படுகிறது. பெண்களின் உலகம் பரந்து விரிந்தது. வாய்ப்புகள் எண்ணிறந்தவை. முன்னேற்றப் பாதைக்கு இட்டுச் செல்லும் பல வழிகள் கண்ணுக்குத் தெரிகின்றன.

ஆனால் அவற்றைத் தேர்ந்தெடுப்பதில் முழுஉரிமை வழங்கப்படுகிறதா? உதவி செய்கிறேன், துணைக்கு நிற்கிறேன், இந்தப் பொல்லாத உலகம் பற்றி உனக்கொன்றும் தெரியாது, நான் சொல்வதைக் கேள், என் கையைப் பற்றிக் கொண்டால் பாதுகாப்பு என்றெல்லாம் சொல்லிப் பெண்களைக் கூண்டுக் கிளிகளாக வளர்த்து வருகிறார்கள். சமயங்களில் அந்தக் கிளிகள் யாரிடம், எவ்வாறு, எந்த அளவு, எங்கு நின்று பேச வேண்டும் என்று பழக்கப்படுத்தப்படுவதும் அந்தப் பசுங்கிளிகள் அறியாமல் அழகாக நடக்கிறது.

இப்படிப் பழக்கப்படுத்துதல் என்னும் போர்வையில், தன்னைப் பிணைத்துள்ள மாய வலையைத் தாண்டி ஒரு சில பெண்கள் தன்மானத்தை வளர்த்துக் கொள்கிறார்கள். தான் நினைக்கும் இலக்கினை அடையச் சிரமப்பட்டு உழைத்துச் சிகரத்தைத் தொட்டதும் தொடக்க நிலையில் தன்னைப் போல் வழிகாட்டுதலின்றித் துன்பத்தில் உழன்று கொண்டிருப்போருக்கு உதவிக்கரம் நீட்டுகின்றனர். அன்று பாரதிதாசன்,

"பெண்கட்குக் கல்வி வேண்டும்
உலகினைப் பேணுதற்கே!"

என்று தீர்க்கதரிசனமாகச் சொன்னதை இன்று பல பெண்கள் நிறைவேற்றி வருகின்றனர்.

இன்று சமூக வலைத்தளங்களில் நந்தினி என்ற ஒரு பெண்ணுக்குப் பாராட்டுகளும் வாழ்த்துகளும் குவிந்து வருகின்றன. எதற்காக என்று தெரியுமா? சொல்கிறேன், வாருங்கள்.

கர்நாடகா மாநிலத்தில், தங்கவயலாம் கோலார் மாவட்டத்தைச் சேர்ந்தவர் கே.ஆர்.நந்தினி. தன்னம்பிக்கை

கொண்டு தனது கடின உழைப்பாலும் விடாமுயற்சியாலும் சிறப்பாகப் படித்து, இந்திய ஆட்சிப் பணித் தேர்வில் நாட்டிலேயே முதலாவதாகத் தேர்ச்சி பெற்றிருக்கிறார். பாராட்டு விழா ஒன்றில் பேசும் போது அவர், "திறமையுள்ள ஏழை மாணவர்களிடம் கல்வி கற்கப் போதிய பணம் இருப்பதில்லை. ஒரு தொண்டு நிறுவனத்தின் கல்வி ஊக்கத்தொகை மூலம் நிறையப் பொது அறிவு நூல்களும் கன்னட இலக்கிய நூல்களும் வாங்கிப் படித்தேன். என்னைப் போல் ஏழ்மை நிலையிலிருக்கும் மாணவர்களுக்கு உதவி செய்ய விரும்புகிறேன். எனது சாதனைக்காக வழங்கப்பட்ட ஒரு லட்ச ரூபாயை ஏழை மாணவர்களின் கல்வி வசதிக்காக அன்பளிப்பாகத் தருகிறேன்.

மேலும் எனது முதல் மாதச் சம்பளத்தையும் இலவசக் கல்வித் திட்டத்திற்கே வழங்குவேன்" என்கிறார். இந்த வெற்றியைப் பாராட்டி, ஃபேஸ்புக், டுவிட்டர், வாட்ஸப் போன்ற இணைய வெளிகளில் ஏராளமானோர் வாழ்த்து மழை பொழிகிறார்கள்.

"ஆடை அணிகலன்கள், ஆசைக்கு வாசமலர்

தேடுவதும் ஆடவர்க்குச் சேவித்திருப்பதுவும்

அஞ்சுவதும் நாணுவதும் ஆமையைப்போல் வாழுவதும்

கெஞ்சுவதுமாகக் கிடக்கும் மகளிர் குலம்

மானிடர் கூட்டத்தில் வலுவற்ற ஓர் பகுதி"

என்று பெண்களை வலிமையற்றவர்கள் என்றுரைத்த புரட்சிக்கவியே, பார் இன்று நந்தினி போல் மன வலிமை படைத்த பெண்கள் இங்கு ஏராளம் உண்டு. இது மகிழ்ச்சி தரும் செய்தி. ஆனால் பல பெண்கள் சமூக வலைத்தளங்களில் அதிநாகரிகம் என்னும் பெயரில் தொல்லைப்படுவதும் சீரழிவதும் மிகஎளிதாக நடக்கிறது.

சமீபத்தில் சரண்யா மோகன் என்னும் நடிகை இத்தகையதொரு சூழலில் மாட்டிக்கொண்டார். 2015இல் திருமணமும், அதற்கடுத்த ஆண்டில் பிள்ளைப்பேறும் நடந்தது அவருக்கு. அப்போது சமூக வலைத்தளத்தில் 'ட்ரோல்' என்ற பெயரில் நெட்டிசன்கள் சரண்யாவைச் செய்த கிண்டலும் கேலியும் கொஞ்ச நஞ்சமல்ல. அவரது கணவர் பதிலடி கொடுக்கும்வரை

ஓயவில்லை எல்லை கடந்த இந்த இழிநிலை. மகப்பேற்றுக்குப் பின் அவர் மிகவும் குண்டாக இருக்கிறார் என்று மறுபடியும் கலாய்க்கிறோம் என்று இணையக் குடிகள் தரம் குறைந்த குறிப்புகளைப் பதிவு செய்தனர்.

இம்முறை சரண்யாவே சாட்டை சொடுக்கினார்; மூக்குடைபட்டுப் புறமுதுகு காட்டி ஓடினர் இணையக் குடிகள். "நான் தாயாக இருப்பதும், மகனுக்கு அமுதூட்டுவதும் மகிழ்ச்சி. குழந்தைப் பேறு என்பது பெண்களின் வல்லமை. தாய்மை தந்த மாற்றங்களோடு என்னை ஏற்றுக்கொள்ளும் மனப்பக்குவமுள்ள உண்மையான மனிதர் எனக்குக் கணவராகக் கிடைத்திருப்பது மிகுந்த மகிழ்ச்சியே" என்றார்.

இப்படிப் பதிலடி கொடுத்துத்தான் தன்னைக் காப்பாற்றிக் கொண்டார். அவரவர் சொந்த விருப்பங்களையும் சூழ்நிலைத் தாக்கங்களையும் பொதுவெளியில் கிண்டல் செய்வது நவநாகரிகமா? கல்வியும் சமுதாயமும் கற்றுக் கொடுத்த பண்பு இதுதானா? அடுத்தவரைத் தொந்தரவு செய்து களித்திருப்பது சுதந்திரம் என்று யார் சொல்லிக் கொடுத்தது? நட்பு வட்டத்துக்குள் புகுந்து நட்பையே கேவலப்படுத்துவதா? இப்படித் தாக்கினால் அவர் மனம் படும் பாடு குறித்த புரிதல் இல்லையா?

இணையத்தில் எத்தனையோ நல்ல விஷயங்கள் கொட்டிக் கிடக்கின்றன நண்பர்களே. நல்லவற்றை மட்டும் பிரித்தெடுக்கும் அன்னப்பறவையாகப் பெண்கள் தைரியமாகச் சமூகவலைத் தளங்களில் இறக்கை விரித்திருக்கின்றோம். தங்களது காலக்கோட்டில் தம் நண்பர்கள் மற்றும் உறவினர்களுடன் மகிழ்ச்சியைப் பகிர்ந்து கொள்ளவும், வாழ்த்துகள் வேண்டியும் படங்களைப் பதிவேற்றுகின்றோம். கிண்டல், கேலி எனத் தொடங்கி, வரம்பு மீறி, படங்களைப் பொய்ப்படம் செய்வது, ஆபாசக் காட்சிகளில் இணைப்பது போன்ற கீழ்த்தரமான செயல்களில் இறங்குதல் நியாயமா?

இது குறித்து என் தோழி பார்வதிஸ்ரீ கூறுவதைக் கேட்போம். கல்லூரி மாணவியான தன் பெண்ணைச் சமுதாயம் குறித்த புரிதல்களோடு வளர்த்துள்ளதாகவும், எந்தப் பிரச்சினை எனினும் துணிவாக எதிர்கொண்டு மீண்டு வர வல்லமை அளித்துள்ளதாகவும்

கூறினாள். மகள் அபியும், "அம்மா, கற்பு என்பது உங்களுக்குக் கற்பிக்கப்பட்டது; எங்களுக்கு உணர்த்தப்பட்டது" என்று தெளிவாகக் கூறுகிறாள்.

இவ்வளவு மனோதிடத்துடன் பெண்குழந்தைகளை வளர்ப்போம். அவர்களுக்கு இந்திரா பார்த்தசாரதியின் வார்த்தைகள் பொருத்தமாக இருக்கும் என்று எண்ணுகிறேன். "மனசிலே தைரியம் இருந்தா யாரும் ஒண்ணும் செய்ய முடியாது. சமஸ்கிருதத்தில் தைரியம்கிறதுக்கு இன்னொரு அர்த்தம் உண்டு தெரியுமா? அறிவு. இன்னிக்குப் பாரதி படிச்சிட்டிருந்தேன். அப்போதுதான் தெரிஞ்சுது. அச்சமே மடமை; அச்சமின்மையே அறிவு."

எழுத்தில் வடிக்க இயலாத அளவு வன்முறைகளும், ஏமாற்றுதல்களும், தற்கொலைத் தூண்டுதல்களும், கொலைகளும் இந்தப் போர்க்களத்தில் நடந்து கொண்டிருக்கின்றன. தமிழச்சியின் கத்தியில் சுப்பம்மா வீறு கொண்டு எழுந்ததைப் போல்,

"தீ என்னை வாட்டிடினும்
கையைத் தொடாதேயடா- இந்த
முத்தமிழ் நாட்டுக்கு மானம் பெரிதன்றி
மூச்சுப் பெரிதில்லை காண்"

என்பதை உணர்த்த வேண்டும் என்று திடமாக நினைக்கின்றோம்.

எவ்வளவு கொடுமைகள் நாங்கள் அனுபவித்தாலும் எங்களின் அறிவும் மனவலிமையும் பெருக்கி, அவற்றைவிட்டு வெளியில் வர வேண்டும் என்று நினைக்கிறோமேயன்றி, மொத்த ஆண் சமூகத்தையும் குப்பைத் தொட்டியில் அள்ளிப் போடவில்லை. குறை சொல்லியோ, தண்டித்தோ நாங்கள் மட்டும் சுகித்திருக்க எண்ணமில்லை.

திரைப்படத்தில் பெண்கள் எதிர்கொள்ளும் சிக்கல்கள் மற்றும் அவர்களுக்கு அங்கு எப்படிப்பட்ட சூழல் நிலவுகிறது என்பது தொடர்பாக ஆய்வு மேற்கொள்ளக் கேரள உயர்நீதிமன்ற முன்னாள் நீதிபதி ஹேமா தலைமையிலான ஒரு குழுவினை அந்த மாநில அரசு சென்ற பதின்ான்காம் தேதி நியமித்துள்ளது. இது

போன்று முறைப்படுத்தப்பட்ட அமைப்பு ஒன்று சமூக வலைத்தளங்களில் பெண்கள் நலம் சார்ந்து அமைக்கப்படுதலே போதுமானது என்று நினைக்கிறேன். தொல்லைகள் தோற்றோடட்டும். அச்சமின்றி ஆள்வோம் வலைத்தளங்களை...

●●●

8

முடமில்லை தனித்து நில்

என்ன திறன் இல்லை நம்மிடத்தில்? ஏன் போராடிக்கொண்டே இருக்கிறோம் சமூகத்தில்? கெஞ்சிக் கெஞ்சித் தம் உரிமைகளை இரந்து பெறும் பெண்களெல்லாம் மிதவாதிகளாகத் தெரிகிறார்கள். தெருவில் இறங்கி, சங்கம் அமைத்து, முழக்கம் செய்து தம் உரிமைகளை முழங்கி மீட்டெடுக்கும் பெண்களெல்லாம் தீவிரவாதிகளாகத் திரிகிறார்கள். ஆனால் இந்த இரு பிரிவினருமே கொடுங்கள், கொடுங்கள் என்று ஏன் கேட்டுக்கொண்டே இருக்கிறோம்?

நாம் வெளிப்படையாக, வேதனையோடு, பல தொல்லைகளும் துணை வர, குடும்ப பாரத்தைத் தோளில் சுமந்து கொண்டு கேட்கின்றோம். சமயங்களில் சக பெண்களை மட்டுமல்ல, கண்ணீரையும் துணையாகக் கொண்டு மன்றாடுகின்றோம். ஆனாலும் கரைவாரில்லை; கண்டு தருவாரில்லை பெண் உரிமையை.

நான் கேட்டுக்கொண்டே இருப்பேன்; நீ மறுத்துக் கொண்டே இருப்பாய் எனில், என்ன வாழ்க்கையடா இது என்று வெறுத்துப் போய்விடாதா? அல்லது அன்று பெரியார் என்ற ஒரேயொரு தங்க மகன் கூறியதுபோல், பகிரங்கமாக ஒத்துக்கொள்வாருமில்லை.

எனக்கு என் மனைவி செய்யும் பணிவிடைகள் தேவையாக இருக்கின்றன என்றும், எனக்கு என் வேலைகளைச் செய்து பழக்கம் இல்லை என்றும், ஏய், இந்தா, என்னடி என்று கூப்பிட்டு வேலை வாங்க மட்டுமே தெரியும் என்றும், உரிமையுடன் கூப்பிட்ட குரலுக்கு ஓடி வர ஒருத்திக்குத் தாலி கட்டி வேலைக்காரி போல் நடத்துகிறேன் என்றும் நேர்மையாக எத்தனை பேரால் ஒத்துக்கொள்ள முடிகிறது?

பொதுக் கூட்டங்கள், இலக்கியக் கூட்டங்கள், கட்சிக் கூட்டங்கள், மதப் பரப்புரைக் கூட்டங்கள், பாராட்டுக் கூட்டங்கள், சமுதாய நலக் கூட்டங்கள் என எல்லா மேடைகளிலும் ஒலி வாங்கியைக் கையில் பிடித்து, பெண் விடுதலை மீள வேண்டும்; பெண் அடிமைத்தனம் மாள வேண்டும் என எதுகை, மோனையோடு பேசுவார்கள். ஏமாந்த பெண்கள் கூட்டமும் சேர்ந்து கை தட்டும். கரவொலிகளைப் பெறுவார்கள். புகைப்படங்கள் பிடிப்பார்கள். ஆனால் அப்படிப் பேசி முழக்கியோரின் வீடுகளிலோ, பணியிடங்களிலோ சென்று பார்த்தால் உள்ளங்கை நெல்லிக்கனியாகப் புலப்படுகிறது ஓர் உண்மை, அது “ஊருக்குத் தான் உபதேசம்” என்பதாகும்,

என் கணவரின் மேல் அளவு கடந்த காதலும் எல்லையற்ற பாசமும் நேசமும் கொண்டவள் நான். ஆனால், திருமணம் முடிந்து இந்த இருபது ஆண்டுகளில் ஒருநாள் கூட அவரது ஆடைகளை நான் துவைத்ததே இல்லை. அவரேதான் துவைத்து, காயப்போட்டு, சலவை செய்து அடுக்கியும் வைத்துக் கொள்வார். அவர் கையில் காப்பியைக் கொடுத்துவிட்டு அவர் குடித்து முடிக்கும் வரை அருகிலேயே நிற்பார் என் மாமியார். மகன் அந்தக் குவளையைத் தரையிலோ நாற்காலியிலோ வைக்கக் குனிந்து சிரமப்படக் கூடாதாம். எனவே, அவர் குடித்து முடிக்கும் வரை இவர் காத்திருந்து அந்தக் குவளையைக் கையில் வாங்கிச் செல்லுவார். அப்படிப்பட்ட சூழலில் வளர்ந்தவர் என் கணவர்.

திருமணமான மறு நாளில் என்னிடம் என்ன சொன்னார் தெரியுமா? “என் துணிமணிகளை நானே துவைத்துக் கொள்கிறேன். நீ துவைக்க வேண்டாம்; நீயும் வேலைக்குப் போகிறாயல்லவா?” கண்டிக்கும் தோரணையில் கறாராகத்தான் சொன்னார். ஆனால் அவர் சொன்ன அந்தக் கடைசி வார்த்தைதான் அவரது ஆழ்ந்த காதலையும் இல்லற வாழ்வின் புரிதலையும் காட்டியது. இன்று வரை வாழ்க்கைச் சாலையில் எங்கள் காதல் ஊர்தி எளிதாக உருண்டோடிக் கொண்டு இருக்கிறது.

ஔவையார் கூறியது போல், கூன், குருடு, செவிடு, பேடு நீங்கிப் பிறந்தவராயினும் சிறு வயது முதல் ஆண்கள் தங்களது சொந்த வேலைகளுக்காகத் தம் குடும்பத்துப் பெண்களைச் சார்ந்து தான் இருக்கிறார்கள். தாய் தமக்கைகளின் பணிவிடையிலேயே வளர்கிறார்கள். பின்னர் அது மனைவியின் தலையில் கட்டப்படுகிறது.

என் தோழி கலைச்செல்வி, என்னைவிட மூன்று வயது பெரியவள். ஒரே தலைமுறை என்பதற்காகச் சொல்கிறேன். அவளும் வேலைக்குச் செல்பவள். வரிசைக் குடியிருப்பு வீடொன்றில் குடியிருந்தாள். அவள் கணவன் குளிக்கச் செல்வதற்கு முன் சோப்பு, துண்டு, கைலி ஆகியவற்றைப் பொதுக் குளியலறையில் கொண்டு போய் வைத்துவிட்டு, குழாயைத் திறந்து இரண்டு வாளிகளில் தண்ணீரையும் நிரப்பி வைத்துவிட்டு வருகிறாள். காலையில் ஒரு கோப்பை காப்பியைக் காலி செய்ததும் செய்தித்தாள் வாசித்ததும் தான் அவர் செய்த வேலைகள். தனக்கு வேண்டியவற்றைத் தானே எடுத்துக் கொள்ளத் தெரியாதா?

இதே போல், என் மாமா ஒருவர், குளியலறையில் குளித்துவிட்டுத் துண்டு கட்டிக்கொண்டு படுக்கையறைக்கு வந்து குரல் கொடுப்பார். “ஏய் சித்ரா, என் ஜட்டி, பனியன் எங்கே?” “இதோ வர்றேங்க” என்று கையை உதறிக் கொண்டு சமையலறையிலிருந்து ஓடி வந்து, அலமாரியைத் திறந்து, அடுக்கி வைக்கப்பட்டிருக்கும் உள்ளாடைகளை அவசரமாக எடுத்துக் கொடுத்துவிட்டு மீதி சமையலைத் தொடர்வார் என் அத்தை. எல்லா வேலைகளையும் நேரத்தில் முடித்துவிட்டுக் கல்லூரிக்கும் செல்ல வேண்டும் அந்தப் பேராசிரியை.

இத்தகைய சூழல்களில் மாற்றம் வராதா? என்று ஏங்குகிறது பெண் மனது. எங்களுக்குச் சமைத்துப் போடுங்கள், துவைத்துத் தாருங்கள், வீட்டின் கழிவறையைக் கழுவிவிடுங்கள் என்றெல்லாம் கேட்கவில்லை நாங்கள். தன் வேலைகளை மட்டும் தானே செய்து கொண்டால், தன் மனைவி ஓய்வின்றித் தொல்லைப்படுகிறாள் என்ற புரிதலுடன் அரவணைத்துச் சென்றால், சிறிதே ஓய்வு கிடைத்த மகிழ்ச்சியில் வீடே சொர்க்கபுரியாகத் திகழுமே.

உடனே பெண்ணியவாதி என்ற முத்திரையைக் குத்திவிடாதீர்கள். முடியைக் குட்டையாகக் கத்தரித்துக் கொள்வதும், ஜீன்சும், டி ஷர்ட்டும் போட்டுக் கொள்வதும் பெண் விடுதலையின் அறிகுறிகள் என்று நான் நினைக்கவில்லை. அதேபோல் காலையில் நீண்ட நேரம் தூங்கி, தாமதமாகக் கண் விழித்து, எங்கள் கடமைகளை ஆற்றாது, கணவனையும் குழந்தைகளையும் கவனிக்காது, எங்கள் வேலைகளை மட்டும் செய்துவிட்டுப் பணியிடம் நோக்கிப் பரபரப்பின்றிச் செல்வதுதான் எங்களுக்கு அளிக்கப்படும் குமுகாய மதிப்பு என்றும் நான் நினைக்கவில்லை. யதார்த்தமாக வாழ வேண்டும். எந்நேரமும் எச்சூழலிலும் எந்த வேளையிலும் கணவனுடனான ஒரு மெல்லிய புரிதல் இழையோடிக்கொண்டு இருக்க வேண்டும் என்பதே என் விருப்பம்.

இது எங்கிருந்து தொடங்க வேண்டும் தெரியுமா? பெண் விடுதலை, உடன் உறைபவள் என்ற மரியாதை, மனதின் புரிதல்கள், சுயத்தை இழக்காதிருத்தல், தன் அறிவில் மேம்பாடு இவை பற்றிய தெளிந்த அறிவை இருபால் குழந்தைகளுக்கும் சொல்லிக் கொடுக்க வேண்டும். கூட்டுக் குடும்பத்தில் கூட்டாக வாழ்ந்த போதும், உடன் பிறந்தவர்கள் பலரோடு கும்மாளமிட்டு வளர்ந்த போதும் குழந்தைகள் இயல்பாகவே ஓரளவிற்கு இந்தக் கருத்துகளைத் தெரிந்து கொண்டனர்; பின்பற்றவும் செய்தனர். இன்று தனிக்குடும்பமும், குடும்பத்திற்கு ஒரு பிள்ளை என்ற கலாசாரமும் பெருகி வரும் சூழலில், நம் குழந்தைகளுக்கு நாமே ஆசானாகிக் கற்பிப்போம். அவர்கள் வளர்ந்து வருவதற்குள் நாமும் சில செய்திகளைக் கற்றுக் கொள்வோம்.

எரியட்டும் கதிராமங்கலம் - தூய காற்றையும் சேர்த்து எரித்து, விதிக்கட்டும் ஜி எஸ் டி - இட்லி விலையிலும் வரி கூட்டி,

நீசமாக எண்ணாதே நீச்சலடிக்கக் கற்றுக்கொடு

புலம்பட்டும் ஸ்ரீ தேவி - பெண் குழந்தைகள் பாதுகாப்பு குறித்து, போராடட்டும் விவசாயிகள் - தலைநகரில் தன் மானம் துறந்து என்று வேடிக்கை பார்த்துக்கொண்டு இருக்கிறோம். செய்திகளில் படித்தும் கேட்டும் புலம்பிக்கொண்டு இருக்கிறோம். ராமனோ, ராவணனோ யார் ஆண்டாலும் கவலை இல்லை என்றிருக்கிறோம்.

களத்தில் இறங்கும் காலமும், தைரியமும் கைக்கொள்வோம். நமக்காக மட்டுமே கொடி பிடிக்காமல், சமூகத்திற்காகவும் போராடுவோம். நம் ஆளுமைத் திறன்களை வளர்த்தெடுப்போம். சமூக அநீதிகளை எதிர்த்து நம் குரலும் ஓங்கி ஒலிக்கட்டும். பெண்ணுரிமையின் கூறுகளை முழுதாகப் புரிந்து கொள்வோம்.

●●●

9

வாழ்க்கைக் கோப்பையில் மதுவும் மாதுவும்

நகர்ந்து கொண்டிருக்கிறது பேருந்து; நகர எல்லையைத் தாண்டுகிறது. என்னையே குறுகுறுவென்று பார்த்துக் கொண்டிருக்கிறான் அவன். எனக்கு முன்னிருக்கையில் முகம் காட்டுகிறான். அது பாண்டிச்சேரியிலிருந்து விழுப்புரம் செல்லும் பேருந்து. சும்மாவே பாண்டிச்சேரி என்றால் நமக்கு நினைவுக்கு வருவது என்னவென்று நான் சொல்லித் தெரிய வேண்டியதில்லை. ஆமாம், அதைப் பற்றித்தான் இக்கணத்தில் உங்களோடு பேசப் போகிறேன்.

இப்பொழுது நான் அவனைப் பார்க்கிறேன். அவன் முகத்தின் வசீகரமோ அல்லது எதுவோ ஒன்று என்னை ஈர்க்கிறது; மெல்லக் கவர்கிறது. நானும் இமை கொட்டாமல் நோக்குகிறேன். சின்னதாக ஒரு புன்னகை பூக்கிறேன். உடனே எதிர்த் திசையில் திரும்பிக் கொண்டான்; ஏமாற்றமாகிப் போனது எனக்கு. சிறிது

நேரம் கழித்து மெல்ல எட்டிப் பார்க்கிறான், அவன் அம்மாவின் நெஞ்சோடு ஒட்டிக்கொண்டு. விரைவில் நாங்கள் இருவரும் விளையாட்டுத் தோழர்களாகி விட்டோம்.

அவனுடைய அம்மா திருமதி.இந்திரா. மீன்களைப் பதப்படுத்தி, சீசாக்களில் அடைத்து விற்பனைக்கு அனுப்பும் ஒரு தனியார் நிறுவனத்தில் பணி அவருக்கு. "பாக்கிங் மெஷின்ல பாட்டில் எல்லாம் தானாவே நகர்ந்து வந்து மீன்களை நிரப்பிக் கொண்டு போகும். எவ்வளவு அழகா இருக்கும் தெரியுமா?" ஒரு குழந்தை போல் வியந்து, சிரித்துக்கொண்டே சொல்கிறார். ஆனால் இது அவருக்கு நிரந்தரப் புன்னகையில்லை. இந்த அழகிய இளமையான முப்பத்தாறு வயதுப் பெண்ணின் புன்னகை தவழும் முகத்திற்குப் பின்னே உறைந்து கிடக்கிறது பயங்கரமான சோகம்.

சாராயம் குடித்துக் குடித்து வயிறு புண்ணாகிப் போன அவள் கணவன் ஆறு மாதத்திற்கு முன் ஒரு நாள் பயிர் நிலத்திற்காக வாங்கி வைத்த பூச்சி மருந்தைத் தன் உயிர் இழப்பிற்காகக் குடித்ததை ஒரு செய்தியாகச் சொல்கிறாள். அழுவதற்குத் தெம்பில்லை; கண்களும் வறண்டு கிடக்கின்றன. முதலில் மூன்று பெண் குழந்தைகள் முறையே ஒன்பது, ஏழு மற்றும் ஐந்தாம் வகுப்புகளில் படித்துக் கொண்டிருக்கிறார்கள். கடைக்குட்டிதான் அம்மாவின் மடியில் தவழ்ந்து என்னைக் கவர்ந்த பாலகன். பூச்சு வேலை முழுமையாகாத ஒரு சிறிய வீடும், வயதான மாமியாரும் மட்டுமே அவருக்குச் சொந்தம்.

பற்றி எரிகிறது வயிறு. இவரின் இந்த நிலைமைக்கு யார் பொறுப்பு? அறியாமையால் அவள் கணவன் குடியைக் கெடுக்கும் குடியிடம் தஞ்சமடைந்ததற்கு நாமும் ஒரு காரணமோ?

எத்தனையெத்தனை மதுக்கடைகள்! எங்கெங்கே திறக்கப்பட்டாலும் கண்ணிருந்தும் குருடராய், செவியிருந்தும் செவிடராய்த்தானே திரிந்தோம்! பெண் குழந்தைகள் படிக்கும் பள்ளிக்கருகில் திறக்கப்பட்ட மதுக்கடைகளைக் கண்டு கொண்டோமா? அன்றே அப்பொழுதே அடித்து நொறுக்கினோமா? குடித்துக் குடித்தே இறந்து போன கணவன்மார்களின் மனைவிகளின் மரண ஓலங்கள், ஒப்பாரிகள் நம்மை உலுக்கினவா? எழுப்பினவா?

"இது பொறுப்ப தில்லை - தம்பி
எரிதழல் கொண்டு வா.
கதிரை வைத்திழந்தான் - அண்ணன்
கையை எரித் திடுவோம்"

என்று பாரதியின் வீமனைப் போல் பொங்கி எழுந்தோமா? ஆவேசப்பட்டோமா? மாறாக, நம் குழந்தைகளிடம், "பத்திரமாப் போயிட்டு வாம்மா. அந்தப் பக்கம் திரும்பிக் கூடப் பார்க்காதே" என்று கோழைத்தனமாக அறிவுரை கூறிப் பள்ளிக்கூடத்திற்கும் பணியிடத்திற்கும் அனுப்பி வைக்கத் தான் நம்மால் முடிந்தது.

"ஒரு கோப்பையிலே என் குடியிருப்பு
ஒரு கோல மயில் என் துணையிருப்பு".

என்று கவியரசர் கண்ணதாசன் ஊரறியப் பாடியபோது என்ன செய்தோம்? ஆஹா! இவனல்லவோ கவிஞன்! என்று தலை மீது தூக்கி வைத்துக் கொண்டாடினோம். அது தவறில்லை: நான் அந்தப் பெருங்கவியைக் குறை கூறவில்லை. ஆனால், அவரது அந்த நிலையால் அவரது குடும்பம் என்ன பாடுபட்டிருக்கும்? அவர் குடும்பத்தினரில் யாரேனும் ஒருவரை இது மகிழ்ச்சிப்படுத்தி இருக்குமா? நிச்சயமாக இல்லைதானே. அப்படியாயின், இன்றும் பலர் "வினையே ஆடவர்க்கு உயிரே" என்பதை மறந்து, மதுவே அவர்க்கு உல்லாசமே என்று பாதை மாறிச் சென்று உயிரைத் தொலைப்பது ஏன் என்று புரியவில்லை.

வேத காலத்திலேயே மன்னனையும் மக்களையும் மகிழ்விக்க சோமபானமும், அசுரர்களும் கிராதர்களும் பருகிடச் சுரா பானமும் தயாரித்து அருந்தியிருக்கின்றனர். பல நேரங்களிலும் குடித்து மகிழ்ந்து இருந்திருக்கின்றனர். ஆனால் தாலியறுத்ததாய் வரலாறு சொல்லவில்லை. நாள்தோறும் குடித்து, கட்டினவளை அடித்து உதைத்து, பெற்ற மக்களை அனாதையாய்த் தெருவில் விட்டதாக, எந்த வேதத்திலும் சான்றுகள் இல்லை. குடிக்காதே என்று சொன்னால் கேட்கும் நிலையில் எவரும் இல்லை. மீறிச் சொன்னால், குரங்கிற்குப் புத்தி சொன்ன குருவியின் நிலைதான் நமக்கும். அளவோடு குடித்து, வளமோடு வாழ்க என்று வாழ்த்திவிட்டுப்

போய்க் கொண்டேயிருப்போம், இராவணனை நீங்கிய விபீடணனைப் போல்.

மனிதனுக்கு இயல்பிலேயே மண்ணாசை, பொன்னாசை, பெண்ணாசை இருக்கலாம். இதில் எதுவும் பேராசையாக மாறிவிடக்கூடாது என்பதில் மட்டும் கவனம் தேவை. வீடு மனைகளாக வாங்கிப் பதிவு பண்ணிக் கொள்கின்றனர்; நகைநட்டுகளாக வாங்கிப் பூட்டி வைத்துக் கொள்கின்றனர்; தாழ்வில்லை. ஆனால், பெண்ணாசை என்பது பெண்கள் மீது இச்சை என்று மாறி, இயல்பைத் தொலைத்து நிம்மதி இழந்து சாகடிக்கின்றனர் பலரும் பலரை. ஒருவனுக்கு ஒருத்தி என்னும் பண்டைத் தமிழ்ப் பண்பாட்டின் ஆணிவேர் நாளுக்கு நாள் ஆட்டம் காண்கிறது என்பது மறுக்க முடியாத உண்மை.

தொலைக்காட்சி நாடகங்கள், திரைப்படங்கள், சில குறு நாவல்கள் இவற்றில் எல்லாம் முறை தவறிய வாழ்க்கை மிக அழகாகச் சித்தரிக்கப்படுகின்றது. நெப்பந்தஸ், டிரசீரா போல் அழகிய ஆபத்து இது. பெண்களின் வாழ்க்கைப் பாதையை மட்டுமல்ல, ஆண்களின் உள்ள உறுதியையும் குலைக்கும் மெல்லக் கொல்லும் நஞ்சு இது.

கோல மயிலாய்த் தன் மனைவி அருகில் இருக்கையிலே, மாதுவை மிஞ்சிய போதையையா மது தரப் போகிறது? மனைவி தரும் சுகத்தை விடப் பிற மாதரிடம் சுதந்திரமாகச் சுகிக்க முடியுமா? கட்டற்ற காமமும் கள்ளமற்ற காதலும் பெருகிக் கணவனும் மனைவியும் கட்டுண்டு ஈருடல் ஓருடலாய்க் கலந்து கசிந்துருகி, இன்ப வெள்ளத்தில் நீந்தும் போது கிடைக்கும் சுகமே பூலோக சொர்க்கம் அல்லவா? இதை வேறு யாரும் அல்லது சாராயமும் கள்ளும் தர முடியாது என்பது உறுதி.

கூட்டுக் குடும்பத்தைத் தொலைத்ததால் பெருகிய பெருங்கேடு ஒழுக்கச் சீர்கேடு. குடும்பத்தில் கணவன் இரவில் எவ்வளவு காலம் தாழ்த்தி வீட்டுக்கு வந்தாலும் மனைவிதான் வந்து தாழ் திறப்பாள்; சிங்கமென உறுமும் ஒரு பெரிசு; பசியுடன் காத்து நிற்பாள் தாய். அது மட்டுமல்ல, வெளியூர் சென்று தங்க வேண்டும் எனில், பெற்றோரிடம் ஒப்புதல் பெற வேண்டும். ஏதேனும் தவறு செய்தால், கை கட்டி, தலை குனிந்து அப்பாவிடமும் அண்ணனிடமும் காரணம் சொல்ல வேண்டும்.

இவை எல்லாம் இன்று தடைகள் என்றும் தளைகள் என்றும் கட்டறுத்து விட்டோம்; களைகளாக வளர்ந்து கொண்டிருக்கிறோம். அன்புற்று இன்புற்று வாழ்ந்ததெல்லாம் பழங்கதையாகின்றதோவென அச்சம் கொள்கிறேன்.

இத்தகைய சூழலிலும் மாறாத ஒன்று உண்டெனில், அம்மூவனார் பாடிய பாடலொன்றைப் பாருங்கள்.

"இம்மை மாறி
மறுமை யாகிலும்
நீயாகிய என் கணவனை
யானாகிய நின்
நெஞ்சு நேர்பவளே".

இப்பிறவியில் மட்டுமன்று; அடுத்த பிறவியிலும் நீயே என் கணவன்; உன்னையே நான் நினைத்திருப்பேன் என்று தலைவி கூறுகிறாள். இதுதான் உண்மை. இதுதான் வாழ்க்கை.

மனைவி ஐசுவர்யா ராயாக இல்லாமல் இருக்கலாம்; ஐசுவரியம் இல்லாமலும் கிடைக்கலாம். படிப்பறிவில் குறைவாக, பட்டறிவில் நாட்டமின்றியும் அமையலாம். ஆனால், "கள் குடித்தாலும் கணவன்; ஃபுல்லாக வந்தாலும் புருஷன்" என்று வாழ்வது இன்றும் தொடர்கின்ற உண்மை நிலை தானே!.

"நான் நான்கு மாதங்களாகச் சமைத்துப் போட்டேனே, ஒரு பட்டுப் புடவை வாங்கித் தாங்க" என்று எந்த மனைவியும் கேட்டதில்லை, கேட்கப் போவதும் இல்லை. இயலாமையில் சில சமயங்களில் 'அடுத்தாத்து அம்புஜத்தைப் பார்த்தேளா?' பாணியில் ஏதாவது கேட்டிருக்கலாம். கோபத்தில் திட்டி இருக்கலாம்; கொஞ்சம் கத்தி இருக்கலாம். ஆனால், கேட்டது எதுவும் கிட்டவில்லை எனினும் சமையலிலோ, மையலிலோ குறை வைக்க மாட்டாள். "பெண்ணின் பெருந்தக்க யாவுள" என்பதை நெஞ்சில் நிறுத்தி வாழ்பவள் மனைவி.

அது மட்டுமல்ல, அம்மி மிதித்து, அருந்ததி பார்த்து, சுற்றத்தினர் சூழ, வந்திருந்தோர் வாழ்த்தக் கடிமணம் புரிந்து

நீசமாக எண்ணாதே நீச்சலடிக்கக் கற்றுக்கொடு

கொண்ட கணவன் கடைசி மூச்சு வரை தனக்கென, தன்னுடனே வாழ வேண்டும் என்று ஆசைப்படுவதும் அவள் இயல்பு.

மதுவுக்கு அடிமையாகும் மனிதன், மனைவிக்குத் தாசன் ஆவது தவறா? உடனே, பூம் பூம் மாடு மாதிரி, அவள் சொல்வதற்கெல்லாம் தலையாட்டுங்கள் ; கூஜா தூக்குங்கள் என்று சொல்லவில்லை. ஆண்மையுடன் கம்பீரமாக நிமிர்ந்தே நில்லுங்கள். மனதால் ஒருமித்துப் பரஸ்பரம் காதலில் திளைத்து, கடமைகளைப் போற்றி வாழுங்கள் என்றே கூறுகின்றேன்.

"அன்னத்தைத் தொட்ட கைகளினால் மதுக்
கிண்ணத்தை இனி நான் தொட மாட்டேன்"

என்றும்,

"உன்னையல்லால் ஒரு பெண்ணை இனி நான்
உள்ளத்தினாலும் தொட மாட்டேன்"

என்றும் அதே கண்ணதாசன் பாடியதுபோல் வாழ்ந்து பார்க்கலாம். மழையாகக் கண்ணில் நீர் வேண்டாம்; மலையாகக் கண்ணே நீ வேண்டும் என்று தோள் சேர்த்துக் கொள்ளலாமே..

10

பாராட்டமாட்டேன் அனிதாவை...!

நிகரகுவா நாட்டைச் சேர்ந்த பெண் போராளி இடானியா. அவரது இருபத்தாறாவது வயதில் கொல்லப்பட்டார். அதற்கு முன் அவருடைய குட்டி மகளுக்கு அவர் எழுதிய கடிதத்தின் ஒரு பகுதி :

"அன்னை என்பவள்
பிள்ளைகளைப் பெற்று
வளர்ப்பவள் மட்டுமல்ல;
எல்லாக் குழந்தைகளையும்
தனது கருப்பையில் இருந்து
தோன்றியவர்கள் போல,
எல்லா மக்களின் வலிகளையும்
அன்னை என்பவள் நன்கு அறிவாள்.
ஒரு நாள் - நீ
மனித குலத்தின் மீது பேரன்பு கொண்ட
உண்மையான
பெண்ணாக உருவாக வேண்டும்
என்பதே என் விருப்பம்".

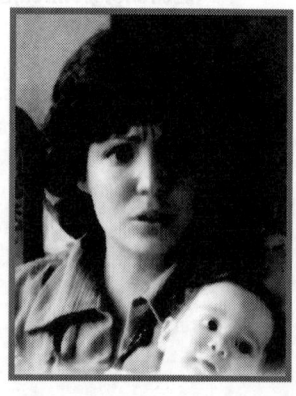

இந்தக் கடிதத்தின் வரிகள் ஒவ்வொன்றையும் மீண்டும் ஒரு முறை படித்துப் பாருங்களேன். வெளிப்படையாக ஒரு ஊக்கமூட்டலும் மறைமுகமாக ஒரு வேதனையும் தெரிகிறது அல்லவா? இந்தக் கடிதத்தின் முதல் வரி, ஆணாதிக்கக் குமுகாயத்திற்கான சவுக்கடி. அது மட்டுமல்ல, சென்ற நூற்றாண்டில்

நீசமாக எண்ணாதே நீச்சலடிக்கக் கற்றுக்கொடு

பிறந்து வளர்ந்த பெண்களின் ஆழ்மனதில் ஊறிப்போன எண்ணத்தை உலுக்கும் சக்தி வாய்ந்தது.

அடுத்த வரியில், ஒரு உலகளாவிய நேசத்தை வளர்க்கும் தாய்மை புலப்படுகிறது. இறுதி வார்த்தையில், இலக்கை நோக்கிப் பயணிக்க வேண்டும் என்ற ஆசை வெளிப்படுகிறது.

இந்த வரிகளைப் படம் பிடித்து மரச்சட்டத்திற்குள் அடைத்து ஒவ்வொரு வீட்டின் நடுக்கூடச் சுவரிலும் மாட்டிவைத்துக் கொள்ளலாம். பெண் என்பவள் பிள்ளை பெறும் எந்திரம் என்பது மட்டுமல்ல, கடிவாளம் கட்டப்பட்ட குதிரை போல் ஒரே இலக்கை நோக்கி ஓடுபவளாக இருக்க வேண்டும் என்பதும் மாறும் நேரமிது.

இலக்கைத் தீர்மானித்தாலே ஒரு வட்டத்திற்குள் அடைபட்டுப் போய்விடுவோம். அதற்குள்ளேயே, படித்து, உழைத்து, போராடி இறுதியில் வெற்றிக் கோட்டைத் தொடும் போது, அந்த உற்சாகத்தில் சில சமயங்களில், இதற்காகத்தானா ஆசைப்பட்டாய் என்று அலுப்படைந்து போய்விடும் அபாயமும் உண்டு.

ஒன்றைத் தெளிவாகத் தெரிந்துகொள்ள வேண்டும். இலக்குகள் இலட்சிய வாழ்க்கைக்கு, அதுவும் மாணவர்களுக்குக் கட்டாயம் தேவை. ஒரு வேளை நடைமுறையில் சிக்கல்கள் அல்லது தடங்கல்கள் எதிர்ப்பட்டால் அவற்றைத் தாண்டி வரத் தெரிய வேண்டும்; சக்கர வியூகத்தில் அபிமன்யுவாய் மாண்டு போய்விடக்கூடாது.

வேறு வழி தேடவும், தானே வேறோர் புதிய பாதையை உருவாக்கவும் தைரியம் தேவை. அல்லது பொறுமையாக அடுத்த வாய்ப்பிற்கு முயற்சி செய்யலாம். குடும்பச் சூழல்கள், அடுத்தவரின் ஏளனப் பேச்சுகள் போன்ற புறக் காரணிகளால் புறமுதுகு காட்டி, 'வடக்கிருந்து' வழி தேட இயலாது, சங்க காலத்தைத் தாண்டி வந்துவிட்ட புதுமைப் பெண்கள் நாம்.

எவ்வளவோ முயற்சி செய்தும், கடினமாக உழைத்தும் தான் நினைத்த அளவு உயர் விழுக்காட்டை எட்டவில்லை எனில், மனம்

கலங்கக் கூடாது; துணிவின்மை கொள்ளலாகாது; புதைந்தோ எரிந்தோ போய்விடக் கூடாது அனிதாவைப் போல. ஆமாம்! நீட் தேர்வினை எதிர்த்து உச்ச நீதி மன்றம் வரை சென்று துணிவுடன் போராடினாள் அரியலூர் மாவட்டத்து மாணவி அனிதா. பன்னிரெண்டாம் வகுப்புப் பொதுத் தேர்வில் ஆயிரத்து இருநூறுக்கு 1176 மதிப்பெண்கள் பெற்ற பெண்.

மருத்துவராகக் கனவுகள் கண்டவள். நீட் தேர்வில் எழுநூற்று இருபதுக்கு 86 மதிப்பெண்கள் பெற்றாள். அதனால் மருத்துவக் கல்லூரியில் இடம் கிடைக்கவில்லை. இரு தேர்வுகளிலும் அதிக மதிப்பெண்கள் பெற்றவள், தனது அறிவாற்றலைப் பயன்படுத்தி ஏன் அடுத்த அடியைத் துணிந்து வைக்கச் சிந்திக்கவில்லை?

திருச்சி, காந்தி மார்க்கெட்டில் மூட்டை தூக்கிப் பிழைப்பு நடத்தும் தன் தந்தையின் வலிகளை ஏன் உணரவில்லை? அங்கமெல்லாம் நொந்து தன்னைப் பெற்றெடுத்து, பதினேழு வருடங்களாய்ப் பேணி வளர்த்த தாயன்பை ஏன் நினைக்கவில்லை?

நீட் தேர்வை ரத்து செய்வோம் என்று டெல்லி வரை பறந்து சென்று வாக்குறுதிகளை அள்ளி வீசிய அமைச்சர்களையும் அரசியல்வாதிகளையும் நம்பினாள் போலும். உச்சநீதிமன்றம், 'மருத்துவக் கலந்தாய்வு நீட் தேர்வு அடிப்படையில் நடத்தப்பட வேண்டும்' என்று தீர்ப்பெழுதிய போது மனமுடைந்து போனாள்; தூக்கில் தொங்கி விட்டாள்.

"கற்றது தோற்றாலும் ஜெயித்தாலும் எப்பவும் முயற்சியை நிறுத்தக் கூடாது" என்று கூறும் ஸ்குவாஷ் வீராங்கனை ஜோஸ்னா சின்னப்பாவின் மனவலிமை அந்தக் குழுமூர் கிராமத்துப் பெண்ணிற்கு இல்லாமற் போயிற்று. ஸ்குவாஷ் ஆடுகளத்தில் வெற்றியும் தோல்வியும் இயல்பு. மாறி மாறி எது வரினும் தொடர்ந்து விளையாடி, "என் பலம், ஒவ்வொரு நாளும் எதையாவது கற்றுக் கொள்வது" என்று ஜோஸ்னா சின்னப்பா கொண்டிருக்கும் மனவலிமை அனிதாவிற்குக் கிட்டவில்லையா? அல்லது அனிதாவை எட்டவில்லையா?

உறுதி கொண்ட நெஞ்சினளாக, தெளிவு பெற்ற மதியினளாக, நொய்மையற்ற சிந்தை உடையவளாக, ஒரு பெருஞ்செயல் செய்பவளாக, உதய ஞாயிறொப்பவே அவளை நாம் ஏன் உருவாக்கவில்லை? எங்கெங்கோ சுற்றி வந்து எங்கள் மீது பழி சுமத்துவானேன் என்று தோன்றுகிறதா? தொடர்ந்து வாருங்கள்; போகப் போகப் புரியும்.

"தற்கொலை என்பது பலவீனம் அல்ல; ஒரு சமூகத்தின் தோல்வி" என்கிறார் எமில் டாக்கேம். ஒவ்வொரு குழந்தையும் சமூகம் எனப் பார்ப்பது தன் பெற்றோர்கள், ஆசிரியர்கள், சுற்றத்தார் மற்றும் உற்றார் உறவினர்களைத் தானே. அப்படியாயின், நாமெல்லாம் அவர்களுக்கு என்ன கற்றுக் கொடுக்கின்றோம்? இன்னொரு முக்கியமான கேள்வி, நம்மைப் பார்த்து நல்லதாக அவர்கள் என்ன கற்றுக் கொண்டார்கள்? புத்லிபாயும், ஜீஜாபாயும் போல், பொறுமையாக அன்பு, வீரம், சகிப்புத்தன்மை, தன்னம்பிக்கை போன்ற நற்பண்புகளைக் கதைகள் மூலமாகவோ நமது அன்றாடச் செயல்பாடுகளின் மூலமாகவோ அவர்களுக்குப் புகட்டுகின்றோமா?

'தைரியம் வளர்ப்பாள் தமிழன்னை' என்று தாயின் பணி தொடரட்டும். பெண் குழந்தைகள் எல்லாம் அப்பா செல்லம். அப்பாவின் வயிற்றில் இருந்து பிறந்து வந்ததாக நினைப்பும் உண்டு. எனவே தந்தையும் களத்தில் இறங்கட்டும். தன் குழந்தையைச் சான்றோனாக்குதல் மட்டுமல்ல, எச்சூழலிலும் எப்படிப்பட்ட புயற்காற்றினிலும் வீழ்ந்து விடாமல் வளைந்து கொடுத்து நிற்கும் நாணல் போல் வளர்த்தலும் கடமையாகட்டும்.

கணவனும் மனைவியும் ஆளுக்கொரு திசையில் வேலைக்குச் செல்லும் இக்காலகட்டத்தில், குழந்தைகள் திசைமாறிச் சென்று விடக் கூடாது. இருவரும் எழிற்பானைக்கு மூடியாய் இணைந்து, ஈகோ பார்க்காது, ஒருவருக்கொருவர் போட்டி போடாது, மனதளவில் விட்டுக் கொடுத்தும் சமரசம் செய்து கொண்டும் அவர்களை வளர்ப்பதையும் தாண்டி திடசிந்தையுடையோராய் வார்த்தெடுக்கவும் வேண்டியிருக்கிறது.

"மலரின் நறுமணம் போகுமிடம்
குழலின் பாடல்கள் போகுமிடம்

அணைந்த சுடர்கள் போகுமிடம்

அதுதான் நாமும் போகுமிடம்"

என்று பாடிய கவிக்கோ அப்துல் ரகுமானும் சென்ற இடம்தான் நாமும் ஒரு நாள் செல்லும் இடம். அது அருகிலா, தொலைவிலா என்று தெரியாது. நெருநல் உளனொருவன் இன்றில்லை என்பது மட்டும் தெரிகிறது. செங்குருதி தன் ஓட்டத்தை நிறுத்திக் கொள்வதற்கு முன் செம்மையாக நாம் வாழ்ந்திட வேண்டும். அடுக்களையும் பணியிடமும் என இரட்டைக் குதிரைகளில் பயணிக்கும் பெண்களும் அவர்களைத் தம் கட்டுப்பாட்டில் வைத்திருக்கும் ஆண் ஜாக்கிகளும் தங்கள் நிலைப்பாடுகளை எண்ணிப் பார்க்க வேண்டும்.

கடலலை போல் நம் நாட்டில் ஓயாது அலைகள் அடித்துக் கொண்டிருக்கின்றன. அனிதாவின் தற்கொலைக்கான கதறல்கள் அங்கே மூழ்கிப் போகலாம்; பதினெட்டுப் பேரின் தகுதி நீக்கம் மறைந்து போகலாம்; விக்னேஷைத் தூக்கில் தொங்க வைத்த 'புளூவேவ்' தொலைந்து போகலாம்; சுவாதியும், ஃபிரான்சினாவும் அமிழ்ந்து போகலாம்.

என்ன ஆனாலும் நாங்கள் கடற்கரையில் சில்லென்று கால் நனையக் காத்து நிற்கின்றோம்; நம்பிக்கை வாசல் திறந்து வைக்கின்றோம். ஏனெனில் அமில வீச்சால் முகம் சிதைந்து போன லலிதாபென்னைக் காதலுடன் தேடி வந்து கரம் பிடித்த ரவிசங்கராகப் பலர் நாளை வரலாம்.

"ஒரு பெண்ணோடு ஒரு ஆண் ஏற்படுத்திக்கொள்ளும் சிநேகத்தைவிட, அவளுக்கு அவன் ஏற்படுத்தித் தரும் மரியாதையும் கவுரவமுமே மகத்தானவை" என்று சொன்ன கவிஞர் யுகபாரதியாகப் பலர் இன்றே வரலாம். கலத்தில் சமத்துவமும் சுயமரியாதையும் கொண்டு வரலாம். இதயக் கமலத்தில் பெண்ணை நல்ல தோழியாய்க் கொள்ளலாம்.

11
புரிதலில் தொடங்கும் முதல்படி

என்ன நண்பர்களே! தீபாவளிக் கொண்டாட்டம் எல்லாம் முடிந்து விட்டனவா? எத்தனை ஆடைகள் வைத்திருந்தாலும் அந்தத் தீபாவளியன்று போட்டுக் கொள்ளும் புதுச்சட்டை தரும் மகிழ்ச்சி இருக்கிறதே, அப்பப்பா! சொற்றொடரில் வடிக்க இயலாது. அடுத்ததாகப் பலகாரங்கள் பலவகை. எந்த வயதினரும் அளவு மறந்து சாப்பிட்டு மகிழும் வேளை. பிறகு அப்படியே பட்டாசு வைக்கப் புறப்பட்டுவிடுவோம். தலைக்கு எண்ணெய் வைப்பதில் தொடங்கி, புதிய ஆடை அணிந்து கோவிலுக்குச் சென்று வருவது வரை காலங்காலமாக நடக்கும் மகிழ்ச்சி மத்தாப்புகள்.

இப்படியாகத் தான் வகுப்பறையிலும் தீபாவளியைப் பற்றி மகிழ்ச்சியோடு பேசிக் கொண்டிருந்தோம். என்னென்ன பலகாரங்கள் செய்தீர்கள்? யாரெல்லாம் பண்டிகையைக் கொண்டாடத் தாத்தா பாட்டி வீட்டுக்குச் சென்றீர்கள்? என்னென்ன வெடி வெடித்தீர்கள்? என்று வினாக்களும் அவற்றிற்குரிய விடைகளுமாகக் காலம் நகர்ந்து கொண்டிருந்தது. அப்போது

ஜெயனி எழுந்து, "எங்க வீட்ல குலோப் ஜாமூன், மாவுருண்டை, முறுக்கு, பஜ்ஜி, வடை" என்று அடுக்கிக்கொண்டே போனாள்.

நான் கேட்டேன், "இவ்வளவும் யார் செய்தது?" ஜெயனி, "எங்கம்மா காலையில மூணு மணிக்கே எழுந்து செய்தார்கள்". "நீ ஏதேனும் உதவி செய்தாயா? அப்பா, அண்ணா அல்லது வேற யாராவது கூட சேர்ந்து வேல செஞ்சாங்களா?" என்றேன். அவள் இல்லை என்கிற மாதிரித் தலையை ஆட்டினாள். எனக்கு ஏனோ "சேவலும் கோதுமை ரொட்டியும்" கதை ஞாபகத்திற்கு வந்தது.

கொஞ்சம் விதை நெல் கிடைக்கப் பெற்ற சேவல் அதை விதைப்பதற்காகத் தன் நண்பர்களான ஆடு, மாடு, குதிரை, கோழி, நாய் அனைவரையும் அழைத்தது. ஒவ்வொருவரும் வேறு வேறு வேலைகள் இருப்பதாகக் கூறிச் சென்றுவிட, தானே நிலத்தை உழுது, விதைத்தது. சில நாள்களுக்குப் பிறகு சேவல் நாற்று நடுவதற்காக அழைத்தது. அப்பொழுதும் எவரும் செல்லவில்லை. சேவல் மட்டுமே வயலில் இறங்கி நாற்றுகளை நட்டது. இப்படியே களை பறிக்க, தண்ணீர் பாய்ச்ச, இரண்டாம் களை எடுக்க எனச் சேவல் அழைத்தபோதெல்லாம் அதன் நண்பர்கள் வரவேயில்லை.

பயிர் செழித்து வளர்ந்தது. உரிய பருவத்தில் சேவல் மட்டுமே நின்று அறுவடை செய்தது. இயந்திரத்தில் கோதுமையை அரைத்து மாவாக்கியது. சூடான சுவையான ரொட்டி தயார் செய்தது. ஒவ்வொரு முறையும் சேவல் நண்பர்களை உதவிக்கு அழைக்கத் தவறவில்லை. அவர்களும் உதவத் தயாராக இல்லை. ரொட்டியின் மணம் வீடு முழுக்கப் பரவியது. சேவல் இப்பொழுது "ரொட்டியைச் சாப்பிட யார் வருவது?" என்று கேட்டதும் தான் தாமதம். பசு, குதிரை, ஆடு, நாய், கோழி அத்தனையும் நான் வரேன் என்று குரல் கொடுத்தன.

ஒளிப்படக் கருவியை அப்படியே நம் வீடுகளை நோக்கித் திருப்பினால், இதே காட்சிதான் அங்கும் அரங்கேற்றம். பண்டிகைகள் என்றாலே, பாட்டியும் அம்மாவும் அடுப்படியில் நாள் முழுக்க வேலை செய்துகொண்டேதான் இருக்கிறார்கள். தாங்கள் செய்கின்ற விதம்விதமான பலகாரங்களைக் கணவனும் குழந்தைகளும் ஆசையாய்த் தின்பதைப் பார்த்தே ஆனந்தம் அடைகின்றனர். இதுதான் நமது மரபு, பாரம்பரியம், கலாசாரம் என்று காலங்காலமாகக் கற்பிக்கப்பட்டு வருகிறது.

நீசமாக எண்ணாதே நீச்சலடிக்கக் கற்றுக்கொடு

காந்தியடிகள் கூறுவார், "பாரம்பரியத்தின் நதியில் நாம் நீந்தலாம். ஆனால் அதில் மூழ்குவது என்பது தற்கொலைக்கு ஈடானது" என்று. இங்கு புதைந்து போவது பெண்களின் புத்தக வாசிப்பு, செய்தி கேட்டல், தன்னை மேம்படுத்திக்கொள்ளல், தன் விருப்பப்படி பொழுது போக்கும் ஒரு சில மணித்துளிகள் போன்ற அனைத்தும்.

பெண்கள் விரும்பித்தான் செய்கின்றோம்; பாதகமில்லை. ஆனால் அந்தச் சேவலின் நிலைதானே இங்கும். கூடமாட வேலை செய்து, அவர்களின் வேலைகளில் பங்கெடுத்துக்கொள்ளக் கூடாதா நண்பர்களே? அஞ்சலகம் செல்லுதல், வங்கிப் பணிகள், ஆயுள் காப்பீட்டு நிறுவனத்தில் பணம் கட்டுதல், மின் கட்டணம் செலுத்துதல் போன்ற பொறுப்பான பணிகளை எல்லாம் இன்று தெருவில் இறங்கிப் பெண்களும் செய்கின்றனர். ஆனால், அரிகரண்டி பிடிக்கும் கைகளுக்கு ஆதரவு தர மட்டும் ஆண்கள் முன்வருவதில்லை.

மனைவி எவ்வளவு நேரம் எத்தனை வகையான உணவு வகைகளைச் சமைத்துக் கொண்டிருந்தாலும், வரவேற்பறையில் அமர்ந்து தொலைக்காட்சி பார்க்கும் கணவனைத்தான் அதிகம் பார்த்திருக்கிறோம். விழாக்காலப் பட்டிமன்றத்தைக் கூட முழுமையாகப் பார்த்து ரசிக்க முடியவில்லையே என்று ஏங்கும் பெண்கள் பலருண்டு. பக்கத்து வீட்டுச் சீதா அக்காவைப் போல், "நான் கை வேலையாய் இருக்கும் போது அவர் அடுப்படி மேடையில உட்கார்ந்து ரெண்டு வார்த்தை பேசிக்கிட்டு இருக்கக் கூடாதா?" என்று ஏங்கும் பெண்களும் உண்டு.

இப்படி ஆசைப்படுவதில் கூட ஒரு கவனம் தேவைப் படுகிறது. ஏனெனில் பல வீடுகளில் கணவன் மனைவி இருவரும் பேசத் தொடங்கும் போது காலக்கடிகாரத்தின் முள்கள் மகிழ்ச்சியாகவே நகர்கின்றன. அந்த மயக்கத்தில் கூட நான்கு வார்த்தைகள் பேசிவிட்டால் அது எதையெதையோ தொட்டு எங்கெங்கோ சென்று வாக்குவாதமாக மாறிக் கடைசியில் சண்டையில் அல்லவா முடிகிறது? கேட்டால், இந்தப் பெண்களைப் புரிந்து கொள்ளவே முடியாது. அப்பப்பா! அது பெரிய கஷ்டம் என்று கூறுகிறார்கள்.

சமீபத்தில் வசந்தபாலன் ஒரு கட்டுரையில், "கடலினைப் புரிந்துகொள்ள மீனாக வேண்டும்; மழையை அறிந்து கொள்ளத் தவளையாக மாற வேண்டும்; பெண்ணைப் புரிந்துகொள்ளப் பெண்ணாகத்தான் மாற வேண்டும்" என்று எழுதியிருக்கிறார். மீனாக, தவளையாக மாறிக் கடலினையும், மழையினையும் புரிந்து கொள்ள முயற்சித்தால் அது பற்றிக் கவலையில்லை.

ஆனால் பெண்ணாக மாறித்தான் பெண்ணைப் புரிந்து கொள்ள வேண்டும் என்பது அவசியம் இல்லையே. ஒரு திரைப் படத்தில் விவேக், பெண்களைப் புரிந்து கொள்வதற்காகப் பெண் வேடமிடுவதும், பெண்ணாக மாறியது போல் படமாக்கப் பட்டிருப்பதும் நகைச்சுவைக்காக என்றாலும், சமூகத்தின் உச்சக்கட்ட அபத்தங்கள் அவை.

பெண்களைப் புரிந்துகொள்ள, டாக்டர் சாமுவேல் ஜான்சன் ஆங்கில அகரமுதலியை மொழிக்குத் தயாரித்தது போல் நீங்களும் அகரமுதலி எதுவும் தயாரிக்க வேண்டாம். அவர்களின் கண்ணசைவுகளை, உடல் மொழியினை, சொற்சித்திரங்களைப் புரிந்து கொண்டால் போதுமே. வல்லவனுக்கு வல்லவன் என்னும் திரைப்படத்திற்காகக் கவியரசு கண்ணதாசன் எழுதி, டி.எம்.சௌந்தரராஜன் காந்தக் குரலால் பாடிய,

"ஓராயிரம் பார்வையிலே
உன் பார்வையை நானறிவேன்
உன் காலடி ஓசையிலே
உன் காதலை நானறிவேன்"

என்ற பாடலை ஒரு முறை கேட்டுப் பாருங்கள் நண்பர்களே. இது பெண்களின் ஏக்கத்திற்கான குரல் என்பது புரியும்.

"எங்க வீட்டுக்காரருக்கு இனிப்புப் பிடிக்காது. அதனால் நான் விசேஷ நாள்களிலும் பாயாசம் செய்வதில்லை" என்று கூறும் கலாவைப் போன்ற பெண்கள் இன்றும் உண்டு. இதையே பெண்கள் எதிர்பார்த்தால், குடும்பப் பாங்கான பெண்களா இவர்கள்? என்று ஏசிக் கடித்துக் குதறித் துப்புகிறது இந்தச் சமூகம். "புகைபிடிப்பது என் மனைவிக்குப் பிடிக்காது. அதனால் நான் புகைப்பதை விட்டு விட்டேன்" என்றாவது எவரும் கூறக் கேட்டிருக்கிறீர்களா? "என்

மனைவிக்கு நீல நிறம் மிகவும் பிடிக்கும். அந்தக் கண்காட்சியில் பார்த்ததும் இந்த ஓவியத்தை வாங்கி வந்தேன்" என்று புடவை, நகைநட்டுகளைத் தாண்டி மனைவிக்கு இப்படி ஏதேனும் ஒன்றைப் பரிசளித்ததுண்டா? அல்லது அலுவலகம் விட்டு இருவரும் வீட்டுக்கு வந்ததும், "நீ வீட்டு வேலைகளைச் செய்து கொண்டிருக்கிறாய். நம் செல்லக்குட்டிக்கு நான் வீட்டுப்பாடம் சொல்லிக் கொடுக்கிறேன்" என்று ஒரு நாளாவது உட்கார்ந்ததுண்டா? தொலைச் சொடுக்கியைக் கையால் சொடுக்கி, பட்பட்டென்று ஒளியலை வரிசைகளை மாற்றி நகைச்சுவைத் துணுக்குகளும் செய்திகளும் பார்ப்பதில்தான் ஆண்களின் ரம்மியமான மாலைப்பொழுதுகள் கரைந்து போகின்றன.

பிறகு எப்படி மனைவியைப் புரிந்து கொள்வதாம்? அவள் எதற்காக, என்ன சொல்ல வருகிறாள் என்பதைக் கேட்கக் கூடிய பொறுமை எத்தனை கணவன்மார்களுக்கு உண்டு? வீட்டுக்குள் மட்டுமல்ல, ஆணாதிக்க சமூகத்திலும் இது தொடர்கிறது. எங்களின் குரல்களை எத்தனை செவிகள் மதித்து உள்வாங்குகின்றன? அலுவலகங்கள், வங்கிகள், பள்ளிகள், கடைகள் போன்ற இடங்களில் தம் கல்வி மற்றும் ஆளுமைத் தகுதியால் உயர் பதவி வகிக்கும் பெண்களின் சொற்கள் மட்டுமே கவனம் பெறுகின்றன. அதுவும் பல வேளைகளில் பல வேலைகளுக்காக மட்டுமே. மற்ற பெண்கள் நல்ல கருத்துகளை, ஏற்ற உத்திகளைக் கூறினாலும் செவிமடுப்பதும் இல்லை; ஏற்றுக்கொள்வதும் இல்லை.

ஒருமுறை, இலக்கிய ஆர்வலர்கள் சிலருடனான கலந்துரையாடலில், அரசு ஊழியர்களின் வேலைநிறுத்தம் பற்றிய பேச்சு எழுந்தது. நண்பர் ஒருவர் அந்தச் சூழல் பற்றித் தம் கருத்தை முன் வைத்தார். நாங்கள் அனைவரும் பொறுமையாகக் கேட்டுக் கொண்டு இருந்தோம். அதில் எனக்குத் தோன்றிய முரண்பாட்டைக் கூற விழைந்த போது, வாய்ப்பே தரப்படவில்லை. மேலும், நேரமாகி விட்டது என்று கூறிக் கூட்டத்தையும் முடித்துக் கொண்டார். இது எந்த விதத்தில் நியாயம்? நீங்களே சொல்லுங்கள்.

இப்படிப் பல சூழல்களில், கருத்துச் சுதந்திரப் பெருமை கொண்ட நம் நாட்டில் பெண்களுக்கு வாய்ப்பு மறுக்கப்படுவது ஏன்? பெண்ணாகப் பிறந்தவள் எந்நிலையிலும், பேச்சுவார்த்தை அளவில்கூட ஆணை மீறக்கூடாது; அவனைவிட உயர்ந்துவிடக்

கூடாது. ஆணுக்குத் துணையாக, அடிமையாக வாய் பொத்திக் கிடப்பது மட்டுமே பெண்டிர்க்கு அழகு; அவர்கள் ஆற்றப்பட வேண்டிய கடமை அது என்றெல்லாம் மனுதர்மம் தொடங்கி இன்றைய சம்பிரதாயச் சடங்குகள் வரை சொல்லப்பட்டு வருகின்ற, எழுதப்படாத அடிமைச் சாசனம் அது.

ஆனாலும் ஒன்றை ஒத்துக்கொள்கிறேன். சாதாரணமாகத் தன் உறவினர்களுடன் பேசிக்கொண்டு இருக்கும் பொழுதுகூட, 'நீ பேசாதே' என்று ஒற்றை விரல் நீட்டி அதிகாரம் செய்து எங்கள் சின்னப் பாட்டியைப் பார்த்துக் கர்ஜித்த கிராமத்துத் தாத்தாவின் தலைமுறை மரித்துப் போய் விட்டது. ஜப்பானிய நாடாளுமன்றம் இப்பொழுது தான் "அரச வம்சத்தைச் சார்ந்த பெண்களும் அதிபராகலாம்" என்ற சிறப்புச் சட்டத்தை இயற்றி இருக்கிறது. அரசகுலத் தோன்றல்களுக்கே அங்கு அந்த நிலைமை.

ஆனால், நம் நாட்டில் மகளிருக்கு இடஒதுக்கீடு, முன்னுரிமை, சொத்தில் பங்கு என்பவை முழுமையாக, நேர்மையாகக் கடைப்பிடிக்கப் படுகின்றனவோ இல்லையோ பல ஆண்டுகளுக்கு முன்பே சட்டமாக இயற்றப்பட்டுள்ளதை நினைத்துப் பெருமிதம் கொள்ளலாம். சென்ற மாதம் இஸ்லாமியப் பெண்களுக்கு எதிரான, அவர்களின் இல்லற வாழ்விற்கு அநீதி இழைத்த "முத்தலாக்", சட்டப்படித் தடை செய்யப்பட்டிருப்பது நம் நாட்டில்தான் என்று நினைக்கும் பொழுது உவகையுடன் பெருமைப்பட்டுக்கொள்ளலாம்.

தொலைக்காட்சி நேர்காணலில் ஒரு பெண், "பாவிகள் ஆட்சி செய்யும் நாட்டில் காவிகள் ஆட்சி செய்யக்கூடாதா?" எனத் துணிந்து வினா எழுப்பும் அளவிற்கு சுதந்திரமும் உரிமையும் அளிக்கப்பட்டிருக்கிறது. ஆனாலும் ஆண் பெண் சமத்துவம் என்பது இன்னும் எட்டாக் கனிதான்.

"கல்வி, சமத்துவம் என்று வெளி உலகை எட்டிப் பார்த்தாலும் பண்பாடு, கலாசாரம், சமய மரபுகள் என்றெல்லாம் இனம் புரியாத, தெளிவில்லாத இவளுக்கு உரித்தாக்கிய பாசிக்குட்டையின் நிழலில் பணிந்து நிற்பதே மோட்ச சாம்ராஜ்ஜியம் என்று அவளுக்கு நாள்தோறும் பல்வேறு சாதனங்கள் உள்ளுணர்வில் போதனை ஏற்றிக் கொண்டிருக்கின்றன" என்று

எழுத்தாளர் ராஜம் கிருஷ்ணன் கூறுவது நடந்து கொண்டிருக்கும் காலம் இது.

இந்த இழிநிலை மெல்லமெல்லப் படிப்படியாக மாறுவதற்கான சூழல்கள் லேசாக எட்டிப் பார்க்கின்றன. மத்தியப் பிரதேச மாநில மகளிர் மற்றும் குழந்தைகள் நலத்துறை அமைச்சர் அர்ச்சனா சிட்னிஸ், "மாநிலத்தில் நகரமயமாதல் வேகமாக அதிகரித்து வருகிறது. எனவே பெண்களும் ஆண்களுக்கு இணையாக அனைத்துத் துறைகளிலும் முன்னேற வேண்டும்" என்று கூறுகிறார்.

இதைச் செயல்படுத்தப் பெண்கள் அதிக அளவில் ஓட்டுநர் உரிமம் பெறுவதை ஊக்குவிக்கும் வகையில் இலவச ஓட்டுநர் உரிமம் வழங்கும் திட்டத்தை அறிமுகப்படுத்த உள்ளதாக அறிவித்திருக்கிறார். இது போன்ற செயல் திட்டங்கள் சமூக அளவில் பெண்கள் முன்னேறுவதற்கும் சமத்துவம் பெறுவதற்கும் திறக்கப்படும் கதவாக இருக்கலாம்.

இன்றைய பாதுகாப்புத் துறை அமைச்சர் நிர்மலா சீதாராமன், அந்தமான் நிகோபார் தீவுகளில் முப்படை வீரர்கள் மற்றும் அவர்களின் குடும்பத்தினருடன் தீபாவளியைக் கொண்டாடி இருக்கிறார். இதைப் பார்க்கும் பொழுது, அப்பாடா! முறுக்கு சுட்டார், அதிரசம் தட்டினார் என்றில்லாமல், எண்ணெய்ச் சட்டியை விடுத்து ஒரு பெண், வெளிச்சமூகத்தில் தீபாவளியைக் கொண்டாடி இருக்கிறார் என்பது ஆறுதலான செய்தி. இது அவரின் மனத்தளவில் ஏற்பட்டிருக்கும் மாற்றமாகும்.

அடுக்களைக்குள் மனைவியைத் தள்ளித் திண்டுக்கல் பூட்டுப் போட்டுப் பூட்டிவைத்துவிட்டுத் தான் மட்டும் வசதியாக வாழும் வாழ்க்கை வேண்டாமே. பாரதியார் காலத்திலேயே அவரது கும்மிப் பாட்டில், இத்தகு விந்தை மனிதர்கள் தலை கவிழ்ந்தும் மாய்ந்தும் போய்விட்டார்களே. சமூக எழுச்சிக்கும் இளைய சமுதாயத்தின் அறிவாற்றலுக்குமான திறவுகோல்கள் பெண்கள். இதை உணர்ந்ததால் கூறுகின்றேன். "எங்களைத் துணையாக மதித்திடுங்கள்; தூணாகத் தாங்கிடுவோம். இணையாகப் போற்றிடுங்கள்; இமையாகக் காத்திடுவோம்".

12

ஒருவர் பொறை
இருவர் இல்லறம்

குற்றால அருவியில் குளித்துக் களிக்க வாய்ப்புக் கிடைக்காதவர்கள் நாட்டில் இருக்கலாம். ஆனால் இளையராஜா இசையருவியில் மனம் நனையாதவர் எவரேனும் காணக் கிடைக்குமா? தர்மபத்தினி படத்தில் இசைஞானி இசையமைத்துத் தானே ஜானகி அம்மாவுடன் பாடிய "நான் தேடும் செவ்வந்திப் பூவிது" பாடலை எத்தனை முறை கேட்டாலும் அலுக்காது எனக்கு. ஒரு நாள் மதிய நேரம் நான்,

"பறந்து செல்ல வழியில்லையோ- பருவக்
குயில் தவிக்கிறதே!
சிறகிரண்டும் விரித்துவிட்டேன் - இளம்
வயது தடுக்கிறதே"

என்ற வரிகளை என்னை மறந்து பாடிக் கொண்டிருந்தேன். திடீரென்று "இருக்கட்டும், இருக்கட்டும். கொஞ்ச நாளைக்குச் சிறகெல்லாம் மடிச்சு வச்சுக்கோ. தானாப் பறந்து போயிடாதம்மா" என்று அப்பாவின் கணீர்க் குரல் கேட்டுத் திடுக்கிட்டேன். அப்பா

வந்ததை நான் கவனிக்கவில்லை. பிறகு மற்ற சகோதரிகளும் சேர்ந்துகொள்ளக் கிண்டலும் கலந்துரையாடலுமாகப் பொழுது கழிந்தது.

இங்கு ரூமி வந்திருந்தால் இப்படிக் கேட்டிருக்க மாட்டார். அவர் ஒரு கவிதையில், "கூண்டிலிருந்து விடுபட்டுவிட்டீர்களா?" என்று வினா எழுப்புகிறார். அடுத்த வரியிலேயே, "சிறகை விரித்துப் பறந்து செல்லுங்கள்" என்று சுதந்திரமளிக்கிறார். முடியுமா பெண்களால்? கவிஞனின் கற்பனையில் மட்டும் நடக்கும் மாயாஜாலம் இது.

ஒருவேளை நானாவது துணிவோடு,

"இப்போது
இந்தக் கூட்டில் அமர்ந்திருக்கும் நான்
வேறோர் நிலவுலகின் பறவை.
நான் பறந்து வெளியேறும் நாள்
வெகு தொலைவில் இல்லை"

என்று ரூமியின் வரிகளைக் கொண்டு பதிலளித்திருக்கலாம். கவிஞனால் எழுத முடிந்ததை என்னால் சொல்ல முடியவில்லையே என்று ரூமியின் இந்தக் கவிதையைப் படித்ததும் நான் மேற்சொன்ன நிகழ்வு என் புலக்காட்சிப்பரப்பிலிருந்து மீண்டும் உயிர் பெற்று வந்தது. ஒரு பெண் ஜாலியாகத் தன் மனதுக்குப் பிடித்த ஒரு பாட்டைப் பாடக்கூட உரிமையில்லையா? அந்தப் பாடலின் பொருள் ஏன் அவள் இயல்போடு இணைக்கப்பட வேண்டும்? அப்பாவிற்கு எது பயம் அளித்திருக்கும்? தன் மகள் யாருடனோ பறந்தோடி விடுவாளோ என்று ஏன் பயம் கொள்ள வேண்டும்?

முதலாவதாக, பெற்றோர்கள் அனைவருமே குழந்தைகளின் திருமண உரிமை தங்களைச் சார்ந்தது என்று திடமாக எண்ணுகின்றனர். ஆனால் தொண்ணூறுகளில் நான் கண்ட காட்சிகள் இப்போது சற்றே மாறி வருகின்றன. ஒரு பெண் தான் விரும்புகின்ற பையனைப் பற்றி எடுத்துச் சொல்ல வீடு சுதந்திரம் அளித்திருக்கிறது. பெற்றோர் பலரும் காது கொடுத்துக் கேட்கின்றனர். கல்வித் தகுதியும் வேலைவாய்ப்பும் தராசுத்

தட்டுகளில் நிறுக்கப்படுகின்றன. பச்சைக் கொடியும் பல நேரங்களில் காட்டப்படுகிறது.

இரண்டாவதாக, இன்றைய படித்த பெண்களில், பலருக்கு இனக்கவர்ச்சி, பொழுதுபோக்குக் காதல், காம அழைப்புகள் இவற்றை இனம் காணத் தெரிகிறது. எதிலும் சிக்கிக் கொள்ளாமல், உண்மைக் காதலைக் கண்டு கண் மயங்கி, உள்ளம் நெகிழ்ந்து அது கைகூடப் போராடி வெற்றி பெறும் துணிவு கொண்டுள்ளனர்.

பிறந்தது முதல் பெண்கள் ஒவ்வொரு கட்டத்திலும் எதிர்நீச்சல் போட்டுத்தான் மனைவி என்னும் பட்டத்தைப் பெறுகின்றனர். இதுவே மதிப்பு மிகுந்த நிலை என்று சொல்லி, நம் கலாசாரத்தைப் பலப்படுத்திக் கொள்கின்றனர்; அடுத்த கட்டத்துக்கு நகரவிடுவதில்லை. திருமணத்திற்குப் பின் அந்தப் பெண்ணின் உண்மையான நிலை யாது? பட்டுப் புடவை கட்டி, தங்க நகைகள் பூட்டி புன்னகையை உதட்டில் காட்டி நான்கு பேருக்கு நடுவில் வளைய வரும் ஒவ்வொரு பெண்ணிடமும் பேசிப் பாருங்கள். நிறைந்து விட்ட மேல்நிலை நீர்த் தேக்கத் தொட்டியின் சொடுக்கியினை அணைக்காத வரை தண்ணீரைக் கொட்டுமே, அவ்வளவு கண்ணீரை இருப்பு வைத்திருப்பர்.

இதற்கான காரணங்களை ஆராய்ந்தும், திருமதிகளும் சுயம் பேணி வாழ வழிமுறைகளைக் கூறியும் வருகின்றனர் பலர். ஆனால் இந்த ஆணாதிக்கச் சமூகம் அவற்றையெல்லாம் கண்டு கொள்வதேயில்லை. அந்த வழிமுறைகள் காதினுள் நுழைந்து, மூளையில் இறங்கி, இதயத்தில் கலந்து, செயல்களில் கசிந்து, காதலும் புரிதலும் கைகோத்துக் கணவன் துணை வர வேண்டும் என்று எதிபார்க்கும் பெண்களுக்கு அது ஈடேறுவதேயில்லை.

இன்று குழந்தைத் திருமணங்களை ஒழிக்கும் பொருட்டு, பதினெட்டு வயதிற்குக் குறைந்த மனைவியுடன் கணவன் பாலுறவு கொள்ளுதல் தண்டனைக்குரிய குற்றம் என்று சட்டம் சொல்கிறது. வரவேற்கின்றோம். கட்டிலுக்காகவும் தொட்டிலுக்காகவும் மட்டும் மனைவி அல்ல என்று மனம் கதறுகிறது. இதையும் சட்டம் செய்தால்தான் கவனத்தில் கொள்வரோ?

"நான் காதல் என்னும் கவிதை சொன்னேன் கட்டிலின் மேலே" என்று கணவனும், "அந்தக் கருணைக்கு நான் பரிசு தந்தேன் தொட்டிலின் மேலே" என்று மனைவியும் காதலும் காமமும் காட்டாற்று வெள்ளமாய்ப் பாய்ந்து பரவி வாழட்டும். இது மகிழ்ச்சியே. ஆனாலும் எத்தனை பெண்களுக்குக் கணவனின் காதலும் காமமும் மனதைத் தொடுகிறது என்பதுதான் கேள்வி. பெற்றவர்களுக்காகக் கட்டிக் கொள்வதும், சமூகத்திற்காகப் பெற்றுக்கொள்வதும், குழந்தைகளுக்காக வாழ்க்கையைத் தொடர்வதும் தானே பெரும்பான்மையான குடும்பங்களில் நடக்கிறது. இதுதான் வாழ்க்கையா?

இதற்கான குரலையும் தீர்வையும் தேடித்தேடி நாங்கள் தொடுவானம் வரை பயணிக்கிறோம். தோள் கொடுப்பார் யாரும் இல்லை என்று வேதனையில் மாய்ந்து கொண்டு இருக்கும் வேளையில் எங்களுக்கு ஆதரவாய் ஒரு சிறகு காற்றில் பறந்து என் கன்னம் வருடியது. இந்த வருடத் தீபாவளி மலர்களுள் ஒன்றைப் படித்துக் கொண்டிருந்தேன். அதில் நான் கண்ட பிரபஞ்சனின் கூற்றுதான் அந்த மெல்லிய சிறகு. நீங்களும் அவர் கூறுவதைக் கேளுங்கள்.

"ஓர் ஆண் திருமணத்துக்குப் பின்பும் பி.எச்.டி. வரை படிக்க முடிகிறது. திருமணத்துக்குப் பின் எத்தனை பெண்களுக்கு இது சாத்தியம்? சமையல் அறையில் இருந்துகூட பெண்களுக்கு இன்னும் விடுதலை கிடைக்கவில்லை. அதற்கு இந்தக் குடும்ப அமைப்பு முறை பிரதான காரணம். எனவே இந்த அமைப்பு முறையை மறு பரிசீலனை செய்ய வேண்டும்" என்று காலம் காலமாகப் பெண்களை அடிமைப்படுத்தி வைத்திருக்கும் ஒரு அமைப்பு முறையின் மீதே தைரியமாக ஓர் ஆண் ஆணியடித்திருக்கிறார்.

ஏனெனில் சமைப்பதும் சாப்பிட வைப்பதும் தாண்டிப் பெண்களால் வேறு என்ன செய்ய முடிகிறது? வேலைக்குச் செல்லும் பெண்கள்கூட, வீட்டிற்குள் நுழைந்தவுடன், இரவு உடைக்கு மாறும் போதே 'பால் சுட வைக்கணும், காப்பி போடணும், ஸ்நாக்ஸ் என்ன செய்யுறது' என்ற சிந்தனையோட்டத்தில் மட்டுமே நீந்த வேண்டி யிருக்கிறது. என்றாவது ஒரு நாள் நடுக்கூடத்து சொகுசு இருக்கையில் தொப்பென்று விழுந்து சில நிமிடங்களாவது வெளிப்புறச் சத்தங்களிலிருந்து மீண்டு, தனக்கான ஒரு நிமிடத்தைத் தேடி

அமிழ்ந்து போக முடிகிறதா? சற்றேனும் ஓய்வு தா என்று கெஞ்சும் உடலுக்கு அது கேட்கும் நேரத்தில் என்றாவது பதில் சொல்ல முடிகிறதா?'

கடிகாரம்கூட மின்கலம் தீர்ந்து விட்டால் நின்றுவிடும். ஆனால் வாழ்நாள் முழுவதும் நிற்காமல் ஓடும் சுவர்க் கடிகாரங்களாகப் பெண்கள் இருக்க வேண்டும் என்று இந்தச் சமூகம் விழைகிறது. அதுமட்டுமல்ல, இப்பொழுது பல பெண்கள் இரு சக்கர வாகனம் ஓட்டக் கற்றுக்கொண்டது, சொந்த செலவில் தானே சூனியம் வைத்துக் கொண்டது போல் ஆயிற்று. மின் கட்டணம் செலுத்துவது, தொலைபேசிக் கட்டணம் கட்டுவது, வங்கிக்குச் செல்வது, குழந்தைகளின் பள்ளிக்குச் சென்று ஆசிரியர்களைச் சந்திப்பது, குழந்தையை மருத்துவமனைக்கு அழைத்துச் செல்வது என அனைத்தும் அவளறியாமல் அவள் தலையில் கட்டப்படுகிறது.

இந்த நிலை குறித்துப் பிரபஞ்சன் என்ன கூறுகிறார் என்று பாருங்களேன். "எல்லாச் சுமைகளையும் பெண்களின் தலை மீது வைப்பதை நிறுத்த வேண்டும். பிள்ளைகளை வளர்ப்பதும் சமைப்பதும் மட்டும்தான் அவர்களின் வாழ்நாள் கடமையா? சங்க காலத்தில் இருந்து இது தொடர்கிறது." என்று அங்கலாய்த்து, பிறகு அவரே தொடர்கிறார்: "திருமணத்தின் பெயரில் சிறு வயதில் இருந்து வாழ்ந்த வீட்டை, உறவுகளை விட்டுப் பிரிய வேண்டிய நிர்பந்தம் ஒரு பெண்ணுக்கு ஏற்படுகிறது. ஏன் அதையெல்லாம் விட்டு விலக வேண்டும்? திருமணம் செய்தால் கணவனோடுதான் வாழ வேண்டுமா? வாரத்தில் ஐந்து நாள்கள் இருவரும் தனித்தனியாக இருக்கட்டும். அவன் அவனுடைய வேலையைப் பார்க்கலாம். அவள் அவளுடைய வேலையைப் பார்க்கட்டும். இரண்டு நாள்கள் சேர்ந்து வாழட்டும். சனிக்கிழமை அவள் செலவு செய்யட்டும். ஞாயிற்றுக் கிழமை அவன் செலவு செய்யட்டும்" என்று புரட்சிகரமான தீர்வினை முன் வைக்கிறார்.

பகுத்தறிவுப் பகலவன் தந்தை பெரியார் கூறியது போல் இவரும், "திருமணமானால் குழந்தை பெற்றுக் கொள்ள வேண்டும் என்று எந்த அவசியமும் இல்லை. இரண்டு பேரும் விருப்பப்பட்டால் குழந்தை பெற்றுக் கொள்ளட்டும்" என்றும் கூறுகிறார்.

இவரது கட்டுரையைப் படித்து முடித்ததும் முதலில் சில நிமிடங்கள் நான் அசைவற்றுப் போனேன். பிறகு சுய நினைவுக்கு வந்ததும், குடும்ப அமைப்பின் மீது மிகுந்த நம்பிக்கையும், குழந்தை பெற்றுக்கொள்வதில் பற்றும் கொண்ட பெண்களை அவரது கருத்துகள் உலுக்கிப் போடலாம். ஆனால் இந்தச் சமூகத்தில் இன்றளவும் தன் நிலையை அறிந்து கொள்ள இயலாத பெண்களுக்கும், ஆண்களின் வசதிக்காக வீட்டுக்குள் அடக்கி ஒடுக்கப்பட்டு, இதுதான் கடமை, இதுதான் வாழ்க்கை என்று முத்திரை குத்தப்பட்டு ஒரு பொய்யான வழக்கத்தை உண்மை என நம்பிக்கொண்டிருக்கும் பெண்களுக்கும் இவர் குரல் கொடுத்திருக்கிறார் என்பதை அறிந்தேன்; மகிழ்கிறேன். பெண்களின் தொல்லைகளைப் புரிந்து கொள்ளும் ஆண்கள் இங்கு மிகவும் குறைவு. அப்படிப் புரிந்து கொண்டவர்களில் துணிச்சலாகக் குரல் கொடுப்பவர்கள் அரிது. அப்படிப்பட்ட ஒருவராக இவர் இருக்கிறார் என்பது நமக்குப் புதுத் தெம்பைத் தரும் செய்தியாகத் தெரிகிறது.

கணவனும் மனைவியும் தன் குடும்பத்திற்கென நிச்சயிக்கப்பட்ட நான்கு சுவர்களைத் தாண்டி வெவ்வேறு இடங்களில் பிரிந்து வாழ்ந்து, வார இறுதியில் கூடிக் கொள்வதில் உடன்பாடு இல்லை எனக்கு. அந்தக் காலத்தில் பெரியவர்கள் சொல்வார்கள்: "புருஷன் பொஞ்சாதி சண்டையில யாரும் பஞ்சாயத்து பண்ணக் கூடாது; தானாக முட்டிமுட்டிச் சரியாகட்டும்" என்று.

இது எவ்வளவு நிதர்சனமான உண்மை தெரியுமா? கணவனும் மனைவியும் தங்கள் மனதில் நினைப்பதைக் கள்ளமின்றித் தைரியமாக, பொறுமையாக ஒருவருக்கொருவர் பரிமாறிக் கொள்ள வேண்டும். ஒருவர் பொறை, இருவருக்கும் இனிய இல்லறமாகட்டும். ஆனால் சூழலுக்குத் தகுந்த மாதிரி இருவருமே மாறி மாறிப் பொறுத்துப் போகக் கூடியவராக இருந்து விட்டால், உண்மையில் மகிழ்ச்சியான ஒரு வாழ்க்கை வசப்படும் என்பது உறுதி.

"எப்போதும் போலப்
பத்து விரல்கள் தான்.
ஆனால் இப்போது

உனது வலது கையும்

எனது இடது கையும்"

என்று பூமா ஈஸ்வரமூர்த்தி தன் கவிதையில் சொல்லியிருப்பது போல், கணவனும் மனைவியும் கை கோத்துச் சென்றால், அவர்கள் தொடுக்கும் இல்லற மாலையில் புதிது புதிதாக நாளும் மகிழ்ச்சிப் பூக்கள் வந்து சேர்ந்து கொண்டே இருக்கும்.

குடும்ப அமைப்பு வேண்டும். கணவன் வேண்டும். குழந்தைகள் வேண்டும். செயளலவில் சுதந்திரம் வேண்டும். சமத்துவம் வேண்டும். ஆதிக்கம் வேண்டாம். மனைவியை உடலாய்ப் பார்க்க வேண்டாம். சக உயிராய் நோக்க வேண்டும். திருமணத்திற்குப் பிறகும் பெண்கள் பிறந்த வீட்டின் மணத்தை, பாசத்தை, நேசத்தை ஓரளவேனும் புகுந்த வீட்டிலும் உணர வேண்டும். பெண் குழந்தையைப் பெற்ற தகப்பனுக்கு அவள் இளவரசியாகத் தெரிகிறாள் எனில், அவளைப் பெற்றுத் தந்த மனைவிதானே மகாராணி. உணர்ந்திடு மனிதா. உள்ளத்தால் உயர்ந்திடுவாய். உறவாய்க் கைப்பிடித்த பெண்கள் உணர்வாய், உயிராய், உண்மையாய் உடன் வருவார்கள்.

13

காதலா? காமமா?

ஆதவன் மறையத் தொடங்கிய முன் மாலைப் பொழுது. சித்தன்னவாசல் ஓவியங்களையும் சமணர் கல்படுக்கைகளையும் பார்த்து வியந்து நண்பரோடு பேசிக்கொண்டே சின்னச்சின்னத் தூறல்களை ரசித்தும் தென்றலில் நனைந்தும் மனதில் மகிழ்ச்சி மத்தாப்புகளுடன் பேருந்தில் எங்களை நுழைத்துக்கொண்ட வேளை. இருக்கைகள் தேடி, வேறுவேறு வரிசைகளில் அமர்ந்தோம். மெதுவாகத் தனிமை தலை தூக்கியபோது, ஜன்னல் பக்கம் என் கண்கள் சென்றன. அந்தப் பார்வையை வெளியே விடாது பற்றி இழுத்தாள் அந்தச் சாளர ஓர இருக்கையில் அமர்ந்திருந்தவள்.

அவளது கண்கள் இயல்பாகப் பேருந்திற்கு உள்ளேயும் வெளியேயும் சுற்றிக் கொண்டிருந்தன. ஆனால், அவளது கைகள்? லேசாக இருட்டத் தொடங்கிய அந்த நேரத்திலும் சிறுசிறு உருத்திராட்சக் கொட்டைகளைச் செப்புக் கம்பியில் கோக்கும் வேகம் என்னே! அதைக் குறடால் மடித்து விடும் லாவகம் என்னே! என் கண்கள் அவ்விடம்விட்டு அகல மறுத்தன. இவ்வளவு அழகாகவும் நேர்த்தியாகவும் ஓடும் பேருந்தில்கூட மாலை கோக்கும்

அளவிற்கு என்ன நெருக்கடியோ? ஏதும் அவசரமோ? எனக் கேள்விகள் உதித்ததும் அந்தப் பெண்ணிடம் மெதுவாகப் பேச்சுக் கொடுத்தென் ஐயத்தை வினாவாக்கினேன்.

அவள் சாதாரணமாகச் சொன்ன பதில் என்னை அப்படியே புரட்டிப் போட்டது. நம் சமுதாயம் பெண்கள் மீது கொண்டுள்ள பார்வையை மாற்றிக்கொள்ள வேண்டிய அவசியம் எந்தப் பெண் வடிவிலேனும் வரலாம் என்று தோன்றியது. லேசாகப் புன்னகைத்துக்கொண்டே அவள் கூறினாள், “சும்மா உட்காந்திருக்க முடியாது. கை மதமதன்னு போயிருமில்ல? அதான்” என்று. நடிகர் வடிவேலுவின் நகைச்சுவைத் துணுக்கில்தான் கேட்டிருக்கிறோம், சும்மா இருப்பது எவ்வளவு சிரமம் என்று. இன்று ஒரு பெண் தனது பயண நேரத்தில் கூட சும்மா இருக்கவில்லை.

பிறகுதான் அவளைக் கூர்ந்து நோக்கினேன். முப்பதுகளில் வயது இருக்கலாம். பழைய பூனம் சேலை தனது நிறத்தில் மங்கி இருந்தாலும் அவள் உடுத்தியிருந்த விதத்தில் ஒரு நேர்த்தி தெரிந்தது. அவள் பெயர் உமா. அவளுக்கு மூன்று பையன்கள். கணவர்? “அது செத்துப் போச்சி” என்றதும் கலங்கின என் கண்கள். ”இந்த வருமானம் குடும்பத்துக்குப் போதுமா?” “சாப்பாட்டுக்கு ஆகும்ல?” எதிர்க் கேள்வி கேட்டுப் பளீரெனச் சிரித்தாள். பதிலுக்கு என்னால் சிரிக்க முடியவில்லை. பெற்ற குழந்தைகளைப் பேணி வளர்க்க வேண்டும் என்ற வைராக்கியத்தோடு ஓடிக் கொண்டிருக்கிறாள். வறுமையோடு வாழ்க்கையை ஓட்டிக்கொண்டிருக்கிறாள். கல்வியறிவும் பொருளாதார வளமும் இல்லையெனினும் உழைப்பையும் தன்னம்பிக்கையையும் கால ஓட்டத்தில் தன்னை நிலைநிறுத்திக்கொள்ளக் கைக்கொண்டு போராடிக் கொண்டிருக்கிறாள்.

அவளது ஒரே ஒரு தாங்கொணா வருத்தம் என்ன தெரியுமா? அதை அவள் வார்த்தையில் சொல்ல என் எழுதுகோலே தயங்குகிறது. அவள் மணிமாலைகளையும், உருத்திராட்ச மாலைகளையும் விற்கச் செல்லும் இடங்களில் சுற்றித் திரியும் ஆண் கழுகுகளின் வக்கிரப் பார்வையும், கொத்தித் தின்னத் துடிக்கும் கேவல மனப்பான்மையும், இரட்டை அர்த்தத்தில் உதிர்க்கும் கீழ்த்தரமான பேச்சுகளும் நூற்றுக்கணக்கான அம்புகளாய் வந்து தாக்குகின்றனவாம் அவளை. இருப்பினும் அவள் பீஷ்மரின் அம்புப்

படுக்கை போல் அவற்றைத் தாங்கிக் கொள்ளவில்லை. இராம பாணத்தையே எதிர்த்த இராவணனின் அம்புகள் போல் சுடும் பார்வையாலும் இழி சொற்களாலும் எதிர்ப்பை வீசுகிறாள்.

1984இல் வெளிவந்த பாரதிராஜாவின் புதுமைப்பெண் படத்தில் கதாநாயகி வெகுண்டு உரைப்பாள்; "நீர்ல கரைவேன்; நெருப்புல உருகுவேன்; தப்பான வார்த்தையை மட்டும் தாங்கிக்கவே மாட்டேன்" என்று. இது தான் உமாவைப் போன்ற எண்ணற்ற பெண்களுக்கும் பொருந்துகிறது. இன்று தன்னையும் உயர்த்தி, குடும்பத்தின் பொருளாதாரத்தையும் உயர்த்திச் சமூகத்தில் பீடு நடை போட, அடுப்பூதும் குழலை அடுக்களைக்குள்ளேயே போட்டுவிட்டுப் புல்லாங்குழல் எடுத்துப் புதிய கீதம் இசைக்கப் புறப்பட்டுவிட்ட பல பெண்களுக்கும் ஆண்களின் தவறான பார்வையும் கேவலமான சொற்களும் நெருப்பில் வாட்டப்பட்டுத் துளையிடப் படும் மூங்கில்களாகச் சூடு போடுகின்றன: நாவினாற் சுட்ட வடுக்களைத் தந்து நிற்கின்றன.

"விலகி வீட்டில் ஓர் பொந்தில் வளர்வதை
வீரப் பெண்கள் விரைவில் ஒழிப்பாராம்"

என்ற மகாகவியின் கனவினை நனவாக்கும் பெண்களைத் தான் சமூகம் குற்றம் குறை காணும் கண்களுடனேயே உற்று நோக்குகிறது. அதே புதுமைப் பெண் படக் கதாநாயகி சொல்வாள், "படிதாண்டினால் பத்தினி இல்லை என்பது பழைய கதை. படிதாண்டினாலும் பத்தினி பத்தினிதான்" என்று. உனக்குத் தெரிந்த பத்தினிப் பெண் யாரென எந்த ஆண் மகனிடம் கேட்டாலும் கண்ணகி, சீதை, சாவித்திரி, நளாயினி, வாசுகி, தமயந்தி என வரிசையாக இதிகாசங்கள், புராணங்களில் மட்டும் வாழ்ந்து மறைந்த பெண்களின் பெயர்களைப் பட்டியலிடுவார்களேயன்றி, ஒருவராவது தனக்காகவே வாழ்ந்து கொண்டிருக்கும் தாயின் பெயரைச் சொல்வது இல்லை. தன்னோடு குடும்பம் நடத்தி வரும் மனைவியின் பெயரைக் குறிப்பிடுவது இல்லை. தன்னுடன் பிறந்த அக்கா தங்கைகளையும் எண்ணுவது இல்லை. ஆனாலும் நாங்கள் குறுந்தொகைப் பாடல் காட்டுவது போல்,

"வாள்நுதல் மனையுறை
மகளிர்க்கு ஆடவர் உயிர்"

என்றுதானே வாழ்ந்து வருகிறோம்!. இதில் மனையுறை என்பது மட்டும்தான் மண்ணிலும் விண்ணிலும் ஓடியும் பறந்தும் சாதித்துக் கொண்டிருக்கும் மகளிர் என்று மாற்றம் பெறுகிறதே தவிர, பெண்களைப் புரிந்து கொண்ட ஆடவரை உயிரென மதித்தலில் குறை வைக்கும் எண்ணமில்லை.. ஆனால், பெண்களைப் போற்றாதோரைக் கண்டு மூலையில் முடங்கிக் கிடக்கும் எண்ணமுமில்லை. நரி வலம் போனால் என்ன, இடம் போனால் என்ன, மேலே விழுந்து பிடுங்காமல் போனால் சரி என்று விலகிச் செல்லவே விரும்புகிறோம். ஆனாலும் அந்த நரிகள் ஏழுமாதக் குழந்தை முதல் எழுபது வயதுக் கிழவி வரை விட்டுவைப்பதில்லை. மேலே விழுந்து குதறிக் கிழிக்கின்றன. கொலை பாதகமும் செய்கின்றன.

ஆடை போர்த்திய உடலாய்ப் பார்க்கப்படுவதனால்தான் ஆண்களின் மனதில் மோகமும் காமவெறியும் கிளர்ந்தெழுகிறது. உடலியல் கூறுகள் இயற்கை தந்த வரம் என்பது மறந்து இச்சையே மேலோங்குகிறது. பெண் என்ற சொல்லிற்கும் பெண்மைக்கும் அங்கே வேறுபாடு மறைந்து போகிறது. பெண்மையின் அருங்குணங்களை ஆராதிப்பவர்கள்கூட பெண் என்பவள்தாம் துய்த்துணரும் போகப் பொருள் என்றே கருதுகின்றனர். மனதொருமித்துக் காதல் வயப்படும் பொழுது காமமும் ஒரு அன்புப் பரிமாற்றமாக ஆகிறது. கோபம், அன்பு, மகிழ்ச்சி போல் காமமும் ஒரு மனவெழுச்சி வெளிப்பாடு என்பது புரியும். சாப்பிடுவது, தூங்குவது என்னும் அன்றாடச் செயல்கள் போல் மனைவியை மட்டும் காதலித்து, மனைவியின் உணர்வுகளுக்கு மதிப்பளித்து மனைவியோடு மட்டும் கூடி இன்பம் எய்தினால் பாலியல் சீண்டல்களுக்கும் வன்புணர்வுகளுக்கும் இடம் இல்லாது அவை ஒழிந்து போகும். இதனால் பெண்கள் சுயமிழந்து, உள்ளொன்று வைத்துப் புறமொன்று பேசி நடிப்போரைத் தவிர்த்து நிம்மதியாக வாழலாம்.

காதல் பற்றிக் கலீல் கிப்ரானின் "ஒன்றின் நிழலில்" என்ற கவிதையைப் படித்துப் பாருங்கள்.

"ஒருவரையொருவர் காதலியுங்கள்
ஆனால் அது
அடிமைத்தனமாகி விட வேண்டாம்.

***உங்கள் ஆன்மாவின் கடலோரங்களுக்கிடையில்
அசைந்து கொண்டிருக்கும் கடலாயிருக்கட்டும் அது.
அடுத்தவர் கோப்பைகளை நிரப்புங்கள்.
அடுத்தவர் கோப்பையிலிருந்து குடிக்க வேண்டாம்.
சேர்ந்து ஆடிப்பாடி மகிழுங்கள்.
ஆனால் இருவரும் தனித்தே இருங்கள்.
உங்கள் இதயத்தைக் கொடுங்கள்.
ஆனால் அடுத்தவர் இதயத்தை
வைத்திருக்க வேண்டாம்.
சேர்ந்தே நில்லுங்கள்.
ஆனால் மிக நெருக்கமாக வேண்டாம்.
ஓக் மரமும் சைப்ரஸ் மரமும்
ஒன்றின் நிழலில் மற்றொன்று வளராது."***

காதல் பற்றியும் பெண்ணின் வலிகள் பற்றியும் ஆணுக்குச் சரியான புரிதல் உண்டாக வேண்டும். சிறு வயது முதலே ஒவ்வொரு ஆண் குழந்தையிடமும் பாலின வேறுபாடு தோன்றாதவாறு பெண்ணை அழகுப் பதுமையாக மட்டும் நோக்காதவாறு சொல்லித் தர வேண்டும். இதற்கான கல்வியறிவு இருபாலரிடமும் போதிக்கப் பட வேண்டும். ஏனெனில் சில சமயங்களில் பெண்களுக்கான விலங்குகள் பெண்களாலேயே பூட்டப்படுகின்றன. ஆண்களின் போகப் பொருளாக, உடலுறவுக்கான கருவியாகப் படைக்கப் பட்டிருப்பதாகவே சில பெண்களின் மனங்களிலும் பதிய வைக்கப் பட்டிருக்கிறது. உமாவாக வீறு கொண்டு எழுந்து நிற்கத் திராணியற்று, உளுத்துப் போய்க் குப்பையில் சேரும் பெண்களையும் பார்க்கிறோம்.

"முதலில் பெண்களுக்குக் கல்வி கற்பியுங்கள். பிறகு அவர்களிடமே விட்டுவிடுங்கள். தங்களுக்கு என்னென்ன சீர்திருத்தங்கள் தேவைப்படுகிறதென்று அவர்களாகவே உங்களிடம் கூறுவார்கள்" என்று சுவாமி விவேகானந்தர் கூறுகிறார். இன்றைய பெண்கள் பள்ளி, கல்லூரி, பல்கலைக் கழகம் எனப் படிப்படியாக ஏறியிறங்கிக் கல்வியில் ஏற்றம் பெற்று வருகின்றனர். தங்களின் தேவைகள் குறித்து மாஸ்லோவின் தேவைப் படியமைப்பை விடக் கூடுதலான தெரிவுகள் உடைய பட்டியலைக் கொண்டுள்ளனர். அவற்றைத் தாமே தேர்ந்தெடுக்கவும் தமதாக்கிக்கொள்ளவும்

வல்லமை பெற்றிருக்கின்றனர். உள்ளுவதெல்லாம் எட்ட முடியாத உயரம் வரை செல்லுகின்றனர். இலக்குகள் தாண்டியும் இறக்கை விரித்துப் பறக்கின்றனர்.

உயர்கல்வி, வேலை, குடும்பம் என்று ஒரே நேரத்தில் மூன்று குதிரைகளின் கடிவாளங்களையும் பிடித்துக் கொண்டு அவற்றைச் சரியான திசைகளில் செலுத்திச் சாட்டை சொடுக்குகின்றனர். எதிர்வரும் ஆபத்துக் காலங்களில் ரௌத்திரம் பொங்கும் மாரியம்மனாகவும், கட்டுக்கடங்காத எல்லை மீறிய சூழல்களில் வதம் செய்யும் மகிஷாசுரமர்த்தினியாகவும் அவதாரம் எடுக்கின்றனர். கல்வியும் மனத்திட்பமும், போர்வாளும் கேடயமுமாகக் கொள்கின்றனர். சிறுமை கண்டு பொங்கி எழும் பெண்களைப் போற்றுவோம்: சீரழிக்கத் துடிக்கும் கெடுமதி கொண்டோரை விரட்டுவோம்.

●●●

14

தாயின் பெயரும் சதியென்ற நாமமும்

திசம்பர் மாதத் தொடக்கம் முதலே எங்கெங்கு நோக்கினும் புத்தாண்டு வாழ்த்துப் பரிமாற்றங்கள். முகநூல், டுவிட்டர், வாட்ஸப், மெசெஞ்சர் போன்ற இணையவெளிகளில் எல்லாம் நிரம்பி வழிந்தன வாழ்த்துச் செய்திகள். வற்றாது ஓடியது மகிழ்ச்சி நதி. பல பதிவுகளிலும் புதிய குறிக்கோள்களும் உறுதிமொழிகளும் பக்கவாத்தியம் இசைத்தன.

இப்படி அனைத்து ஊடகங்களிலும் கொண்டாட்டங்கள் விழாக்காலச் சிறப்புப் பேருந்துகளாய் வந்து போய்க் கொண்டிருந்தன. கூட்ட நெரிசலாய்க் கோலாகல நிகழ்ச்சிகளும் அடுத்தடுத்துத் தொடர்ந்தன. அதனூடாக, இன்றைய பேருந்துக்

கட்டண உயர்வு போல், என்னை அதிரச் செய்து என் செவியை நிறைத்தது ஒரு பெண்ணின் குரல்.

ஏரிக்கரைக் கவிஞர் வில்லியம் வேட்ஸ்வொர்த், "ஜூன் மாத இரவில்" என்ற தனது பாடலில், இரவின் பலவிதமான ஒலிகளையும் கவிதையில் விவரித்து, இறுதியில், "இவை எல்லாவற்றையும் விட விஞ்சி நிற்பது குயிலின் ராஜகீதமே" என்று முடித்திருப்பார்.

அதைப் போல, தனியார் தொலைக்காட்சி நிகழ்ச்சி ஒன்றின் விவாத மேடையில் எழுத்தாளர் சல்மாவின் கதறல் மட்டும் ஓங்கி ஒலிக்கிறது இன்னும் என் நினைவில். இஸ்லாமிய சகோதரிகளுக்கு விடுதலை என்னும் பொய்ப் போர்வையில் மும்முறை தலாக் சொல்லப்பட்டு, விவாகரத்து வழங்கப்பட்ட நடைமுறையை வேரறுக்கும் சட்டமசோதா, பாராளுமன்றத்தின் இரு அவைகளிலும் நிறைவேற்றப்பட்டு, சட்டத்திருத்தம் கொண்டு வந்தால், அது, பெண்ணினத்திற்கே கிடைத்த வெற்றியாக, விடுதலையாக, சமூக அந்தஸ்தாக, அங்கீகாரமாக, மரியாதையாக ஏற்று வரவேற்கத் தயாராய் இருக்கிறோம் நாங்கள்.

சல்மா

ஆனால் சல்மாவின் பார்வையில், இஸ்லாமியர்களுக்குப் பாதுகாப்பில்லாத இன்றைய சூழலில், நாடாளுமன்ற அவையில் சமர்ப்பிக்கப்படும் முன்பு, வழக்குத் தொடுத்த பெண்களையோ, அல்லது இஸ்லாமியப் பெண் அமைப்புகளையோ கருத்தளவில் கலந்து கொள்ளாதது ஏன்? என்ற வினா எழுந்தது நியாயம்தானே! எங்களை, எங்களுக்கான பிரதிநிதிகளைக் கருத்தில் கொண்டனரா? கலந்தாலோசித்தனரா? என்பதே சல்மாவின் கேள்வி.

"நல்ல விலை கொண்டு நாயை விற்பாரந்த
நாயிடம் யோசனை கேட்பதுண்டோ?"

என்று மகாகவி அன்று வினா எழுப்பிய இழிநிலைதான் இன்னும் நீடிக்கின்றதோவெனத் தோன்றுகின்றது. இன்று பெண்களுக்கு உதவி செய்ய வேண்டும்; ஒருவருக்கொருவர்

நீசமாக எண்ணாதே நீச்சலடிக்கக் கற்றுக்கொடு 113

உதவிக்கொள்வதில் கவுரவக் குறைவில்லை; பாதிக்கப்பட்ட பெண்களுக்கு வெளிப்படையாக ஆதரவுக் கை நீட்டுவோம் என்று மிகக் குறைந்த விழுக்காடு ஆண்களாவது முன்வருகின்றனர். அது மகிழ்ச்சியே.

ஆனால் நாங்கள் இரந்து நிற்கவில்லை; பிச்சை கேட்கவில்லை. **“ஈயென இரத்தல் இழிந்தன்று”** என்று நாங்கள் அறிந்திருக்கின்றோம். **“ஈயேன் என்றல் அதனினும் இழிந்தன்று”** என்று ஆணாதிக்க சமுதாயம் தெளிந்து அறிவது எந்நாளோ? எனக் காத்திருக்கின்றோம். எங்களுக்கான உரிமைகளும் மதிப்புகளும் முற்காலப் பெண்கள் அறியாமலேயே அவர்களிடமிருந்து தம் வசதிக்காக நம் முன்னோர்களால் எடுத்துக் கொள்ளப்பட்டு விட்டன.

நாகரிக வளர்ச்சியில் மனிதன் ஓரிடத்தில் நிலையாக வாழத் தொடங்கிய பிறகுதான் வீட்டு வேலைகளையும் குழந்தைகளையும் கவனித்துக் கொள்ளக் குடும்பத்தலைவியும், வெளியில் சென்று பொருளீட்டுவதற்குக் குடும்பத் தலைவனும் பொறுப்பேற்க வேண்டும் என்று இயல்பாகச் சில அடிப்படைத் தேவைகளின் பொருட்டு வரையறை எழுந்தது.

ஆரம்ப காலத்தில் இதில் ஏற்றத் தாழ்வுகள் எழவில்லை. சாக்த மதமென்றும், சக்தி வழிபாடென்றும் பின்பற்றி வாழ்ந்த காலத்தில் பெண்கள் உயர்வாகவே கருதப்பட்ட நிலை இருந்திருக்கிறது. காலப்போக்கில் அது கொஞ்சம் கொஞ்சமாகத் தேய்ந்து கட்டெறும்பாகி, ‘என் மனைவி ஹவுஸ் வொய்ஃப். வீட்டில் சும்மாதானிருக்கிறாள்’ என்று நா கூசாமல் பேசும் அளவிற்குப் பெண்களின் நிலைமை ஆண்களால் உணர முடியாத அளவிற்குத் தரம் தாழ்ந்து சென்றுவிட்டது. அலுவலகத்தில் இருந்தோ அல்லது வேறு பணியோ முடித்து வரும் கணவன்மார்கள் தாம் மட்டுமே, அதுவும் சமயத்தில் உலகத்திலேயே தாம் மட்டும் மிகவும் களைத்துப் போய் இல்லம் திரும்பியிருப்பதாக நினைத்துக் கொள்வதுண்டு.

தனக்குப் பின் தூங்கி முன் எழுந்த மனைவி இல்லக் கிழத்தியேயானாலும், வேலைக்குச் செல்பவராக இருந்தாலும் எப்போதும் பளிச்சென்றும், கொட்டுப்படும் சிறு குளவிப் புழுவாய், தேனடையில் தேனைச் சேகரிக்கும் வேலைக்காரத் தேனீயாய்,

சுறுசுறுப்பாகத் தன்னை எதிர்கொள்ள வேண்டும். வாடிய முகத்திலோ, உதிர்க்கும் சொல்லிலோ அசதியே தெரியக் கூடாது. மனைவியின் உடம்பும் குருதியும் சதையும் சேர்ந்த கட்டமைப்புதானே. சம்மட்டி அடித்து இரும்பாலா செய்யப்பட்டது?

பொறிகளுக்கும் ஊர்திகளுக்கும் கூடத் தேய்மானம் உண்டு; ஓய்வும் கிடைக்கலாம். ஆனால் குடும்பப் பெண்களுக்கு ஓய்வு என்பதை நினைத்துக்கூடப் பார்க்க முடியாத சூழலே நிலவுகிறது. ஓடி ஓடி உழைத்துக்கொண்டே இருக்க வேண்டும் வற்றாத பேராறாக.

இக்கரைக்கு அக்கரைப் பச்சை என்பது போல், வேலைக்குப் போகும் நம் பிழைப்பு தாழ்வில்லை என்று தோன்றுகிறது. காலையிலும் மாலையிலும் கிட்டதட்ட இரண்டு மணி நேரம்தான் அடுக்களைக்கும் வரவேற்பறைக்கும் ஓட்டங்கள் எடுக்கிறோம். பணிக்குச் செல்லாத பெண்கள் நாள் முழுக்க வீட்டு வேலைகளிலேயே மூழ்கிக் கிடப்பது வியப்பாகவும் இருக்கிறது. தமது சுய மேம்பாடு பற்றிச் சிந்திப்பதேயில்லை என்று ஆதங்கமாகவும் இருக்கிறது.

இப்படிப்பட்ட பெண்களுக்கு நாமும் மதிக்கப்படுகிறோம்; நம் கருத்துகளும் கேட்கப்படுகின்றன என்ற ஒரு சிறு கரும்புத் துண்டைக்கூட ஒரு குறைந்தபட்ச அங்கீகாரமாக வழங்க இந்தச் சமூகத்திற்கு விருப்பமோ துணிவோ இல்லை. ஆபிரகாம் லிங்கனே வந்தாலும் இங்கு ஊறிப்போன பெண் அடிமைத்தனத்தை ஒழிக்க இயலாது. இருப்பினும் காலந்தாழ்ந்தேனும் பகிர்ந்து கொள்கிறேன்,

தாய் சொல்லைத் தட்டாதே என்று உயர்வாகச் சொன்ன அதே சமூகம்தான் மனைவி சொல்லே மந்திரம் என்றும் சொன்னது. ஆனால் அதைத் தலையணை மந்திரம் என்று தாழ்த்தியும் கேவலப்படுத்தியும் மகிழ்ச்சி கொள்கிறது. தாசி என்றோ தாசியால் வளர்க்கப்பட்டவள் என்றோ கவிப்பேரரசு அமெரிக்கப் பல்கலைக் கழக ஆய்வினைச் சான்று காட்டி ஸ்கட் ஏவுகணை அனுப்பினால் அதை நிந்தித்தும், எதிரறிக்கை விடுத்தும் ஆர்ப்பாட்டம் செய்தும் பேட்ரியாட் ஏவுகணை செலுத்தி ஆண்டாளைக் காக்கும் சமூகம், இன்றைய பெண்கள் அனுபவித்து வரும் உளவியல் மற்றும்

உடல்ரீதியான வன்கொடுமைகளுக்கு எதிராக என்ன நடவடிக்கை எடுத்திருக்கிறது?

வன்புணர்வு செய்தவனுக்கு உடனுக்குடன் தண்டனை வழங்கிய ஈழத்தமிழ்த் தலைவன் பிரபாகரனின் துணிவு நமக்கெல்லாம் எப்போது வரப்போகிறது? தெருவில் கூடிப் போராடினாலும், நீதிமன்றத்தில் ஏறி வழக்குத் தொடுத்தாலும் இந்த சமூகத்தின் கூரிய பார்வையில் எண்சாண் உடம்பும் கூசிக்குறுகிப் போகிறதே. தொழுத கையுள்ளும் ஒடுங்கும் படை போல், உதவும் கையுள்ளும் உறையும் காமம், இரங்கும் பார்வையிலும் கற்பழிக்கும் கள்ளத்தனம்தான் தெரிகிறது.

ஆனால், மகாகவி பாரதி கூறுவதைக் கேளுங்கள். ஆஹா! தாயையும் மனைவியையும் ஒரே தராசில் நிறுத்து, சம இடத்தில் நிறுத்தி, பெண்மையைப் போற்றுகிறார்.

“வலிமை சேர்ப்பது தாய் முலைப்பாலடா
மானஞ் சேர்க்கு மனைவியின் வார்த்தைகள்
கலிய ழிப்பது பெண்க ளறமடா
கைகள் கோத்துக் களித்துநின் றாடுவோம்”

என்று பெண்மையை வாழ்த்திக் கூத்திட அழைத்த அந்த முண்டாசுக் கவிஞன் மேலும் வலுவாகப் பாடுகிறான் பாருங்கள்.

சகோதரி நிவேதிதா

“தண்மை இன்பநற் புண்ணியஞ் சேர்ந்தன
தாயின் பெயரும் ஸதியென்ற நாமமும்”

என்று கூறிக் குதூகலிக்கிறான். ஆனாலும் பெண்களின் அருமையைப் புரிந்துகொள்ள பாரதிக்கே சுவாமி விவேகானந்தரது சீடரல்லவா தேவைப் பட்டது?

“உங்கள் மனைவிக்கே நீங்கள் சம உரிமையும் விடுதலையும் கொடுப்பதில்லை. இந்நிலையில் நீங்கள் நாட்டுக்கு எவ்வாறு விடுதலை பெற்றுத் தரப் போகிறீர்கள்?” என்று சகோதரி நிவேதிதா எழுப்பிய வினாதான் பாரதியின் உள்ளத்தில் பெண்ணியச்

சிந்தனையின் ஊற்றுக்கண்ணைத் திறந்தது. அதுவே பெண்ணுரிமைப் பாடல்களாகவும் பெண் விடுதலை முழக்கமாகவும் பின்னர் ஓங்கி ஒலித்தது.

அந்த மகாகவி தன் ஆசை மனைவி செல்லம்மாவின் தோளில் கைபோட்டு, ஊர்மாந்தர் நடமாடும் தெருக்களில் ஏறுபோல் பீடுநடை நடந்ததும் அதன் தாக்கம்தானே!

எங்களிடம் வன்முறை இல்லை; நாங்கள் ஆயுதந் தரிக்கவில்லை. செந்நீரும் கண்ணீரும் சிந்தி, பாரபின் மெழுகாய் உருகிக் கட்டிய கணவனுக்காகவும் பெற்ற குழந்தைகளுக்காகவும் நடத்தும் தவவாழ்க்கை இது. இப்படிப்பட்ட குடும்பப் பெண்களுக்கே உரிய அங்கீகாரமும் பாதுகாப்பும் உறுதியற்ற நிலையில், இன்று மத்திய மகளிர் மற்றும் குழந்தைகள் நலத்துறை அமைச்சர் மேனகா காந்தி, சிறையில் வாடும் பெண்களுக்கு உள்ள வசதிகள், இடர்ப்பாடுகள் குறித்துக் கணக்கெடுப்பு நடந்து வருவதாகக் கூறுகிறார்.

மண்ணில் பிறக்கையில் நல்ல குழந்தைகளாய்ப் பிறப்பவர்கள்தான், பின்னாளில் குற்றவாளிகள் என்னும் நிலையில் வீழ்கிறார்கள். சிறையிலும் அவர்கள் சொல்லொணாத் துயரங்களை அனுபவிப்பதாகவும், பல்வேறு பிரசினைகளை எதிர்கொள்வதாகவும், மோசமாக நடத்தப்படுவதாகவும் கடந்த பல ஆண்டுகளாகத் தொடர்ந்து புகார்கள் வந்து குவிந்தன. எனவே இது தொடர்பாக ஆய்வு நடத்தி, அடுத்த கட்ட நடவடிக்கை எடுக்க ஒரு அமைச்சகமே தயாராக இருப்பது, கைதிகளெனினும் அவர்களும் பெண்களே என்பதையுணர்ந்து முன்னெடுக்கப்பட்ட முயற்சியாகவே தெரிகிறது.

மேனகா காந்தி

பெண்கள் எங்கிருந்தாலும், எத்துறையில் பணிபுரிந்தாலும், எந்நிலையில் தோற்றமளித்தாலும் "பெண்" என்று உடலால் மட்டுமே அடையாளப்படுத்தப்படுகிறாள். அவளும் சக உயிர்

நீசமாக எண்ணாதே நீச்சலடிக்கக் கற்றுக்கொடு

என்பதோ, அவளுக்கென்று தனியாக ஒரு உள்ளம் இருக்கும் என்பதோ பலராலும் நினைத்துக்கூடப் பார்க்கவியலாத ஒன்று. நம் வீட்டுப் பெண்களும் நம் வாழ்க்கையில் வந்து போகும் பெண்களும் நமக்குப் பொக்கிஷங்கள் என்று உணரும் நிலை வரும் நாள்கள் வெகு தொலைவிலில்லை.

கவிதைப்பிரியர்களெல்லாம் கொண்டாடும் கலீல் ஜிப்ரன் இந்த நிலை பற்றிக் கூறுவதைக் காண்போமே. "என் சிறு வயது முதல் இதுவரை உள்ள என்னைச் சார்ந்த எல்லாவற்றிற்கும் பெண்களுக்கே நான் நன்றிக்கடன் பட்டிருக்கிறேன். ஏனென்றால் என் கண்களின் ஜன்னல்களையும், என் ஆன்மாவின் கதவுகளையும் திறந்து விட்டவர்கள் பெண்கள்தான். அம்மா என்ற உறவில் ஒரு பெண், உடன் பிறந்தவள் என்ற உறவில் ஒரு பெண், தோழி என்ற உறவில் ஒரு பெண் என் வாழ்வில் அமையாது இருந்திருந்தால், தம் சப்தமான உறக்கத்தின் இரைச்சலால் உலக நிம்மதியையும் அமைதியையும் கெடுத்துக் கொண்டிருப்போர் மத்தியில் நானும் இந்நேரம் சப்தமிட்டுத் துயில் கொண்டிருப்பேன்" என்கிறார்.

எவ்வளவு நன்றியுடன் எப்படி வெளிப்படையாகப் பெண்கள் மூவரின் பங்களிப்பால்தான், தாம் இன்று விழித்திருப்பதாகப் பகர்கின்றார்! இப்படியொரு சிறந்த அங்கீகாரத்தைத் தம் வீட்டுப் பெண்களுக்கும், தம் தோழிகளுக்கும் எத்தனை ஆண்களால் தரமுடிகிறது?

தாயும் தமக்கையும் தாரமும் தோழியும் ஆண்கள் வாழ்வின் ஒவ்வொரு காலகட்டத்திலும் வானவில்லின் வண்ணங்களைக் குழைத்தெடுத்து அவர்களது அன்றாட நிகழ்வுகளில் அவர்கள் விரும்பும்படி வண்ண இழைகள் பிரித்து வண்ணக்கோலங்களை வரைபவர்கள் அல்லவா?

அவர்களுக்குக் கைமாறோ, ஆராதனையோ தேவையில்லை. சின்னச் சின்னப் புன்முறுவல்கள், லேசான தலையசைப்புகள் மூலம் அவர்களின் உள்ளக்கிடக்கையறிந்து ஆமோதித்தல் போதுமானது.

பாரதியார் மாதிரிப் பாடல்கள் இயற்ற வேண்டாம்; கலீல் ஜிப்ரன் போல் கவித்துவமாகக் கரைய வேண்டாம். நான் சென்ற பத்தியில் கூறியிருந்ததைப்போல, சிறுமை கண்டு பொங்கி நம் பாரதியையே பண்படுத்திச் சென்ற அன்றைய சகோதரி நிவேதிதா,

இன்றைய பெண்கள் சல்மா, மேனகா காந்தி போன்றவர்களின் கருத்துகளுக்கு மதிப்பளிப்போம். கருத்து உரிமையை நடைமுறைப்படுத்துவோம். நிர்வாகத்திலும் அரசியலிலும் பெண்களின் பங்களிப்பினை ஊக்குவிப்போம்; வரவேற்போம்.

15

நீசமாக எண்ணாதே
நீச்சலடிக்கக் கற்றுக்கொடு

காலங்காலமாகப் பெண்விடுதலை, சமத்துவம், சமநீதி, சமஉரிமை என்றெல்லாம் பெண்களுக்காகப் பெண்களும், பெண்கள் நல அமைப்புகளும், சில ஆண்களும் கூவிக் கொண்டே இருப்பினும், பெண்களுக்கான விடியல்தான் இன்னும் கைகூடவில்லை.

ஓர் உருதுக் கவிஞன் தன் கவிதையை எப்படித் தொடங்குகிறான் என்று பாருங்கள்.

"என் பயணத்தின் முடிவு இதுதான்
மன்ஜில் (மாளிகை)
தொலைவில் இருந்தது!
மன்ஜில் (மாளிகை)
தொலைவிலேயே இருக்கிறது!"

இந்தக் கவிதையை மேற்கோளாக எடுத்தாண்ட கவிஞர் மு. மேத்தா, "அவனுடைய பயணம் மட்டுமல்ல; இலட்சிய

தாகங்களோடு புறப்படுகின்ற எல்லோருடைய பயணமும் இப்படித்தான்" என்கிறார். ஆமாம், கல்லாமை, அறியாமை, இயலாமை, முயலாமை, மெய்ப்பொருளாய்ந்தறியாமை, பொய்ப்பொருள் பிரித்துணராமை போன்ற எத்தனையோ தடைகளைத் தாண்டி வந்தும் பெண்களின் 'இலக்கு' இன்னும் எட்டாக்கனியாகத்தானே இருக்கிறது!

சாண் ஏறினால் முழம் சறுக்கும் கதையாக, முன்னேறத் துடிக்கும் பெண்களுக்கு முட்டுக்கட்டைகளும் காலைப் பிடித்துக் கீழே இழுக்கும் தவளைக் கூட்டங்களும் இன்றளவிலும் சவால்தான்.

இதனையும் மு.மேத்தாவின் சொற்களில் காண்போமா?

"தூங்கிக் கொண்டிருந்த கேள்விகள் துள்ளி எழுந்தன. ஆண் கேள்விகளோடு பெண் கேள்விகளும் சேர்ந்து அணி வகுத்தன. கேள்விகளின் முழக்கம் காதுகளைக் கிழித்தது.

காத்திருந்தோம் காத்திருந்தோம்

பதிலுக்காக !

கடைசியிலே புறப்பட்டோம்

பதிலைக் காண !

நேற்றுவரை நாங்கள்

கேள்விக்குறிகள்

இப்போது நாங்கள்

ஆச்சரியக் குறிகள் !"

வியப்பாகத்தானிருக்கிறது. பல சவால்களையும் கேள்விக் கணைகளையும் ஏற்றுக்கொண்டு, கையறுநிலையில் வாளாவிருந்து, குட்டக்குட்டக் குனிந்து கொண்டேயிருந்த பெண் சமுதாயம் இன்று சற்றே நிமிர்ந்திருக்கிறது. கேள்விக்குறியின் வளைவைத் தனது கல்வியறிவாலும், செயலாற்றலாலும் வியப்புக்குறியாக நிமிர்த்திதானிருக்கிறது.

ஒரு நீள்கட்டுரையில் அல்லது ஒரு நெடுங்கதையில் எப்போதாவது வந்து போகும் வியப்புக்குறியைப் போலத்தான், நமது சமூகத்தில் அங்கொன்றும் இங்கொன்றுமாய்ப் பெண்

சாதனையாளர்கள் ஆணாதிக்கத்தைக் கடந்து தங்கள் ஆளுமையை நிலைநாட்டி வருகிறார்கள்.

இந்த வியப்புக்குறியானது, சொற்றொடருக்குச் சொற்றொடர் இடப்படும் முற்றுப் புள்ளியாக மாற்றம் பெற்று அதிகரிக்க வேண்டும். அதுவே வேறுபாடற்ற ஆண்பெண் சமநிலை என்று தோன்றுகிறது.

இந்த மாற்றம் உடனடியாகவோ, குறிப்பிட்ட காலக்கெடுவிற்குள்ளோ வாய்த்துவிடும் என்று நான் எதிர்பார்க்கவில்லை. ஆணாதிக்க மனப்பான்மைகளையெல்லாம் வேகவேகமாகப் பெருக்கியள்ளிக் கோணிச் சாக்குகளில் கொட்டி, திணித்துக் கட்டி நெருப்பில் எரித்துவிட வேண்டுமென்றோ மணலில் புதைத்துவிட வேண்டுமென்றோ நான் ஆத்திரப் படவில்லை.

ஒரு தென்னம்பிள்ளை உயர்ந்தோங்கி வளர்ந்து காய்ப்பது போல், இந்தச் சமுதாயத்தில் பெண்ணினத்திற்கான அங்கீகாரமும் சம உரிமைகளும் உண்மையான பெண் விடுதலையும் மெல்ல மெல்ல மலரட்டும் என்றே ஆசைப்படுகிறேன்.

பெருங்கவிக்கோ அப்துல் ரகுமான், “கவிதை எழுதுவது என்பது, ஒரு பெண் கர்ப்பமடைந்து குழந்தையைப் பெறுவது போன்றதுதான். கர்ப்பம் உண்டானவுடன் பிரசவம் நடந்து விடாது. அதற்குச் சிறிது காலம் பிடிக்கும். கவிஞனும் தன் கவிதைக் கரு முழுமையான வடிவம் பெறும் வரை காத்திருக்க வேண்டும். வலிந்து கவிதை எழுதினால், அது கருக்கலைப்பாகவோ, குறைப் பிரசவமாகவோ ஆகிவிடும்” என்று கவிதைக்காகக் கூறுவதைப் போல் நடைமுறை வாழ்க்கையில், பெண்கள் சம உரிமைக் குழந்தைப் பேற்றிற்காய் நீண்ட காலமாகத் தவமியற்றுகிறோம்; மந்திர முழக்கங்களிடுகிறோம்; கோரிக்கை மலர்கள் தூவுகிறோம்; போராட்டப் பூசைகள் செய்கிறோம்; காத்திருக்கிறோம்; எதிர்பார்த்திருக்கிறோம். விரைவில் கிட்டுமென்று நம்பிக்கைச் சூல் கொண்டிருக்கிறோம்.

இப்படியொரு வெற்றிச் செல்வம் கிடைக்க வேண்டுமாயின், பெண்களின் வெற்றிக்குப் பின்னாலோ முன்னாலோ ஆண்கள் தூணாகவோ துரும்பாகவோ நின்று ஊக்குவிக்க வேண்டியது

அவசியமாகிறது. இந்திய ஆட்சிப் பணியர் வெ.இறையன்பு தனது "கேள்வியும் நானே பதிலும் நானே" நூலில், "அனுசரணையான கணவன் கிடைத்தால், மனைவியின் முழுத் திறமையை வெளிக்காட்டும் வாய்ப்புகள் பிரகாசிக்கின்றன. கணவன் புறக்கணித்து, அவன் முன்னால் வாழ்ந்து காட்ட வேண்டும் என்கிற வைராக்கியத்துடன் போராடி வெற்றி பெற்ற பெண்களும் உண்டு. ஆண்களும் பெண்களும் போட்டியாளர்கள் அல்லர்; ஒருவருக்கொருவர் அனுசரணையானவர்கள்" என்று கூறுகிறார்.

குடும்பமென்னும் சீரிய அமைப்பில் ஆழமான அன்புடனும் தெளிவான அறிவுடனும் நீண்ட வாழ்க்கைப் பயணத்தைத் தொடர ஒருவருக்கொருவர் பாசப்பிணைப்போடும், அனுசரணையோடும், விட்டுக்கொடுக்கும் மனப்பான்மையோடும், உள்ளப்புரிதலோடும் இருத்தல் அவசியமானதென்று அவர் எழுத்தில் நின்றும் கூறுகிறேன்.

இப்பொழுது சற்றே பின்னோக்கிச் சென்றுவிட்டுத் திரும்புவோமா நண்பர்களே? ***1933*** ஆம் ஆண்டு சிவகங்கையில் இராமநாதபுரம் மாவட்ட மூன்றாவது சுயமரியாதை மாநாட்டைத் தொடங்கிவைத்த திருமதி. குஞ்சிதம் குருசாமி தனது உரையில், "உங்கள் வீட்டு ஆண்களைப் படிப்பதற்கும் விளையாடுவதற்கும் அனுப்புவது மாதிரி, உங்கள் வீட்டுப் பெண்களையும் அனுப்புவதை வேண்டாமென்று எந்த அந்நிய ஆட்சி தடுக்கிறது?" என்று வினாத் தொடுத்தார். அத்தி பூத்தாற்போல் நடைபெற்றுக்கொண்டிருந்த விதவைகள் மறுமணங்களின் எண்ணிக்கை அதிகரிக்கவும் குரல் கொடுத்தார்.

சென்ற நூற்றாண்டுப் பெண்களின் நிலை, உள்ளங்கை நெல்லிக்கனி போல் தெளிவாகிறது. ஆனால் தற்பொழுது,

"தாத ரென்ற நிலைமை மாறி

ஆண்க ளோடு பெண்களும்

ஸரிநி கர்ஸ மான மாக"

விளையாட்டுத் துறையிலும் கல்விக் கூடங்களிலும் ஓரளவிற்குப் பீடு நடை போடும் சூழல் வளர்ந்து வருகிறது. பெண்களின் பங்களிப்பு விழுக்காடு நாளுக்கு நாள் உயரும் மூங்கில் போல் வேகமாக வளர்ந்து வருவது கண்கூடு. பெண்களுக்கான

கல்வி, விளையாட்டு, மருத்துவம் மற்றும் பிற துறைகளில் ஏராளமான வாய்ப்புகள் கொட்டிக்கிடக்கின்றன. பெரும்பாலான பெண்கள் காற்றுள்ளபோதே தூற்றிக்கொள்ளும் திறமையும் வாய்க்கப் பெற்றுள்ளனர்.

நம் சமூகச்சூழலில், வேலைவாய்ப்பில் சமநிலை என்பது இன்னும் பெண்களுக்கு எட்டாக்கனியாகவே இருப்பினும், நம் பார்வைக்குப் பலதரப்பட்ட வாழ்க்கை நிலையிலிருக்கும் பெண்களும் தங்கள் வாழ்வாதாரத்தை மேம்படுத்திக்கொள்ளவும், பொருளாதாரத்தை உயர்த்திக்கொள்ளவும், குழந்தைகளின் விருப்பங்களை நிறைவேற்றும் பொருட்டும், தன்மதிப்பைக் காப்பாற்றிக் கொள்ளவும் அடுத்தவர் கையை எதிர்பார்க்காது, தமது சொந்தக் காலில் நிற்கும் பெருவிருப்பிற்காகவும் வேலைக்குச் சென்று கொண்டிருக்கிறார்களென்று தோன்றுகிறது.

ஆனால் இந்த வாரம் வெளிவந்த ஒரு பிரபல செய்தித்தாளின் கட்டுரையொன்றில் ஐவி.நாகராஜன், இந்தியாவில் வேலைக்குச் செல்லும் பெண்களின் எண்ணிக்கை குறைந்து வருவதாகச் சான்றுடன் கூறி, அதற்கான காரணங்களாக, ஆணாதிக்கம், சாதிய முறை, கலாசாரம், மகப்பேறு, பேறுகால விடுப்பிற்குப் பிறகு பெண்களை வேலைக்குச் சேர்க்கத் தனியார் நிறுவனங்கள் தயங்குவது, பாலியல் தொல்லை காரணமாக வேலைக்குச் செல்வதில் தயக்கம், குழந்தைகளுக்காகவே வேலையை விடுதல் ஆகியவற்றையும் பட்டியலிடுகிறார்.

சற்றே ஆராய்ந்து சிந்தித்தால், இந்த உண்மை புலப்படும். முக்கியமாக வேளாண்மைத் துறையில் பெண்கள் அதிகளவில் வேலைவாய்ப்பினை இழந்திருக்கின்றனர். திருப்பூர் மாவட்டத்தைச் சேர்ந்த கலைமகள் என்பவர், தகவல் தொழில் நுட்பத் துறை ஊழியராக இருந்து, விவசாய விளைபொருள்களில் மதிப்புக்கூட்டல் உத்தியைக் கையாண்டு இன்று சிறந்த தொழில் முனைவோராக மாறிவருகிறார் என்பது மகிழ்ச்சி. இவரைப்போல் பாலைவனச் சோலையாக எங்கோ ஓரிருவர் தங்களுக்குக் கிடைக்கும் வாய்ப்புகளைச் சரியாகப் பயன்படுத்திக் கொண்டு தொழிற்றுறையிலும் வாகை சூடுகின்றனர். இந்த நிலை, பெண்கள் உலகில் பரவலாக்கப்பட வேண்டும்.

ஏனெனில் "பசியோடிருப்பவனுக்கு மீனைக் கொடுப்பதைவிட மீன் பிடிக்கக் கற்றுக்கொடு" என்று சீனப் பழமொழி கூறுவதைச் செய்யுங்கள் என்பதே பெண்களின் கோரிக்கையாகட்டும். என் அப்பாவின் நண்பரொருவர், தனது ஒரே மகள் பொறியியலில் முதுகலைப்பட்டம் பெற ஆசைப்பட்டார். தான் குடியிருந்த சொந்த வீட்டையும் விற்றுப் படிக்க வைத்தார். கலாவதியும் முதல் வகுப்பில் தேர்ச்சியடைந்து தன் தந்தையின் ஆசையை நிறைவு செய்தார்.

திருமணமாகிப் பதினாறாண்டுகளாகியும் வேலைக்குச் செல்ல அவளது புகுந்த வீட்டில் அனுமதி கிடைக்கவில்லை. தந்தையும் மகளும் வாடி வருந்துவது அங்கு எவருக்கும் புரியவில்லை. தேவைக்கும் அதிகமாகவே எல்லாம் வீட்டில் கிடைக்கையில் ஏன் வேலைக்குச் செல்ல வேண்டும் என்பதே அவர்களின் வாதமாகிறது.

உலகம் சுற்றும் வாலிபன் திரைப்படத்தில், புரட்சித் தலைவர் பாடியாடிய,

"உழைத்து வாழ வேண்டும் - பிறர்

உழைப்பில் வாழ்ந்திடாதே"

என்ற புலமைப்பித்தனின் வரிகளே கலாவதிக்கும் இன்றைய பெண்களுக்கும் கொள்கையாக இருக்கிறது.

வசதிவாய்ப்புகளோ, இலவசங்களோ, அன்பளிப்புகளோ பிறரால் அளிக்கப்பட்டு, வீட்டுக்குள்ளே பெண்கள் முடக்கப்படும் நிலை ஒழிய வேண்டும். ஏனெனில், 1958 இல் முதற்பதிப்பு கண்ட "ஒரு பிடி சோறு" சிறுகதைத் தொகுப்பில் நாரதர் கூற்றாக, ஜெயகாந்தன் கூறுவதைப் படித்துப் பாருங்கள்.

"பதியெழுவறியாப் பண்பு மேம்பட்ட மதுரை மூதூர் மாநகர் கண்டேன். ஆனால் அடிகளார் (இளங்கோவடிகள்) உரைப்பது போல், 'கோலின் செம்மை' கண்டிலேன்; 'குடையின் தண்மை' கண்டிலேன்... பஞ்சமும், நோயும், கொலையும், களவும், வஞ்சமும், பொய்மையும் கண்டேன் தேவா! அடிகளார் போற்றும் தமிழ் நிலத்தில் ஆண்மையும் இல்லை; பெண்மையும் இல்லை; கற்புமில்லை; காதலுமில்லை; நேர்மையுமில்லை; நீதியுமில்லை...

நீசமாக எண்ணாதே நீச்சலடிக்கக் கற்றுக்கொடு

அஃறிணை வாழ்வு திரும்பியிருக்கிறது. பேடியர், கோழையரெல்லாம் வீரர்கள் அங்கு! நல்லவர்கள் வாழ முடியாத நாடு அது!... சீரழிந்து கிடக்கும் தமிழகத்தைக் கண்டேன்" என்று பொறித்து வைத்திருக்கிறார் கல்வெட்டுப் போல். அவரது தீர்க்கதரிசனம் கண்டு வியந்து நிற்கிறேன் நான். நீங்களும் அப்படித்தானே?

பெண்கள் வேலைக்குச் சென்றால்தான் வெளியுலகத் தொடர்புகள் வாயிலாகத் தங்களைச் சுற்றிப் பின்னப்படும் மாயவலைகளைத் தெரிந்துணர்ந்து அறுத்தெறிய முடியும். ஹாசினி வழக்கின் தீர்ப்பு சற்றே ஆறுதல் எனினும், மேல்முறையீட்டு வாய்ப்பு நெருடலாகத்தானிருக்கிறது. இதுபோல்தான் இலவசங்கள் என்று அறிவிக்கப்படுவன குறித்தும் கவலைப்படுகிறேன்.

பெண்களுக்கு இலவசமாக இருசக்கர வாகனம் வழங்கப் படவுள்ளதென்று அறிவித்ததுமே புற்றீசல் கூட்டமாய்ச் சென்று பதிவது வேதனையளிக்கிறது. வண்டியை வாங்கி வைத்துக் கொண்டால், எரிபொருளுக்கெங்கே செல்வதாம்? பச்சைத் தண்ணீரை நிரப்பியா வண்டியை ஓட்ட முடியும்? இப்பொழுதே குடும்ப உறுப்பினர் எண்ணிக்கைக்குச் சமமான வாகனங்கள் வீட்டில் அணிவகுத்து நிற்கும் போது, இலவச வண்டிகளின் எண்ணிக்கை அதிகரிப்பு, தரத்தில் குறைவையும், தேவையில்லாத பண விரயத்தையும், காற்று மாசுபாட்டையும் அதிகரிக்குமே என்று பெண்களும் சிந்தித்துப் பார்க்க வேண்டாமா?

தற்பொழுது புதிதாக 'மய்யம்' கொண்டுள்ள அரசியல் சுழலில், "இலவசங்கள் கிடையாது" என்று புறப்பட்டிருக்கும் புதுமொழியை மட்டும் வரவேற்கிறேன். மற்றவை குறித்துப் பிறிதொரு சூழலில் பேசுவோம். இந்தியத் தேர்தல் கமிஷன், விலையில்லாப் பொருள்கள் வழங்குதல் குறித்தான தேர்தல் நேர அறிக்கைகள் வெளியீட்டினை மறுபரிசீலனை செய்தாலும் மகிழ்ச்சியே.

பெண்களனைவரும் வேலைக்குச் செல்ல வேண்டும்; இலவசங்களைத் தள்ள வேண்டும். இந்த நிலை எய்தும்போது, தொலைவில் தெரியும் நமது இலக்குகள் அருகில் வரலாம். வியப்புக்குறிகளாக மாறி நிமிர்ந்து நிற்கும் கேள்விக்குறிகள் அன்று

125

முற்றுப்புள்ளிகளாகிச் சமஉரிமை பெறலாம். பணிக்குச் செல்லும் பெண்கள் எண்ணிக்கையும், இலவசங்களை ஏறெடுத்தும் பாராத, செவிமடுத்தும் கேளாத விழிப்புணர்வும் பெருகட்டும். அதுவரை பயணம் தொடரட்டும்.

●●●

16

வாழ்க்கையைப் புரட்டும் நெம்புகோலாய்

மகளிர் தினக் கொண்டாட்டத்தில் கலந்துகொள்ள வாருங்கள் என்று ஊரெங்கும் பதாகைகள்; உலகெங்கும் அழைப்புகள். ஏதேனுமொரு துறையில் சிறந்த பெண்ணாளுமைகள் தலைமையில் கூட்ட ஏற்பாடுகள். இந்தக் கோலாகல வேளையில்தான், மார்ச்சு ஏழாம் தேதி, அதாவது சர்வதேச மகளிர் தினத்திற்கு முந்தைய நாள், திருச்சியில் திருவெரம்பூர் கணேசா ரவுண்டானா பகுதியில் ஒரு கர்ப்பிணிப் பெண், அவளது கருப்பைக்குள் சுவாசித்துக் கொண்டிருந்த ஒரு சிசுவோடு சேர்த்து மேலே அனுப்பிவைக்கப்பட்டிருக்கிறார்.

தலைக்கவசம் அணியாது இருசக்கர வாகனம் ஓட்டியதும், போக்குவரத்துக் காவலர் சொல்லியும் நிறுத்தாமல் சிறிது தூரம் வண்டியோட்டிச் சென்றதும் ராஜா செய்த குற்றமாக இருக்கலாம். ஆனால் தாய்மைப் பேறு பெற்ற உஷாவும் பனிக்குடத்தில் நீந்திக் கொண்டிருந்த அந்தக் குழந்தையும் என்ன தவறு செய்தனர்?

அதிகார போதையும் ஆணாதிக்கத் திமிரும் தான் காவலர் காமராஜ் உருவில் வாகனத்தை எட்டி உதைத்ததா? காலப்போக்கில் அந்த அப்பாவிக் கணவனுக்கு நீதி வழங்கப்படலாம்; நிவாரணம்

கிடைக்கலாம். ஆனால் இறந்து போன மனைவியும் குழந்தையும் கிடைக்க வழியேதுமுண்டா?

இப்படியே இன்னும் பல வினாக்கள் கடலலை போல் எழுந்து அடங்கிக் கொண்டிருந்த வேளையிலும் ஆங்காங்கே மகளிர் தினக் கொண்டாட்டங்கள் அரங்கேறிக் கொண்டுதானிருந்தன. பலப்பல மேடைகளிலும் பெண்ணியம் ஒலிவாங்கியில் நுழைந்து ஒலிபெருக்கியில் வழிந்து கொண்டிருந்தது. அதிலும் சில கூட்டங்களில் ஆண் வாடையேயற்று மங்கையர் மட்டுமே மேடையையும் அரங்கத்தையும் அலங்கரித்துக் கொண்டிருந்தனர்.

இங்குதான் நான் சற்றே நிதானிக்கிறேன். பெண்கள் மட்டுமே கூடி, தாங்கள் ஆண்களால் அலைக்கழிக்கப்படுவதையும் அவர்களின் அத்துமீறல்களையும் பற்றிப் பேசிக் கண்ணீர் விடுகிறார்கள்; தாங்களும் தங்களுடன் பணியாற்றும் தோழிகளும் பாலியல் சீண்டல்களுக்கு ஆளாவதைப் பற்றியும் சொல்லிக் குமுறுகிறார்கள். சமூகத்தில் நிகழ்ந்த பாலியல் துன்புறுத்தல்களைத் தொடர்ந்த குடும்ப வன்முறைகளையும், வன்புணர்வுகளையும், படுகொலைகளையும் வார்த்தைகளில் கொட்டிச் சீறியெழுகின்றனர். பெண் கொடுமைகளுக்கெதிரான சட்டங்களும் தண்டனைகளும் கடுமையாக்கப்பட வேண்டும் என்று பலத்த கோரிக்கை வைக்கின்றனர். தண்டிக்கப்பட வேண்டியவனின் குறியை அறுத்து எறிய வேண்டும் என எரிமலையாய் வெடித்துச் சீறுகின்றனர்.

எல்லாவற்றிற்கும் மேலாக, ஒரு பெண் ஆவேசமாக, ஆணினமே தேவையில்லை, குளோனிங் முறையில் குழந்தைகளை உருவாக்கிக் கொள்ளலாம் என்று பேசிக் கைதட்டல்கள் பெறுகிறார். இவற்றையெல்லாம் கண்டும் கேட்டும் திகைத்துப் போனேன் நான். சற்று மிரட்சியாகவும் இருந்தது.

பெண்கள் அடுக்களைப் படி தாண்டி, அடிமைத்தளை அறுத்து, பொதுக் கூட்டங்களின் வாசல்கள் தேடி வந்திருப்பது வரவேற்கக்கூடியதே. தனக்கும் தானறிந்த பெண்களுக்கும் நேர்ந்த கொடுமைகளைத் தைரியமாகப் பதிவு செய்வதும் ஆரோக்கியமானதே.

ஆனால், முற்றிலுமாகத் துடைத்தெறியப்பட வேண்டும் கண்ணீர்த் துளிகள். மறு ஆய்வு செய்யப்பட வேண்டும் தண்டனை

பற்றிய குமுறல்கள். ஆழ்ந்து சிந்திக்கப்பட வேண்டும் ஆண்களற்ற சமுதாயம் மற்றும் திருமண பந்தமற்ற வாழ்க்கை முறையின் மதிப்பீடுகள்.

சென்ற வாரம் தன் முகநூல் பக்கத்தில் தமிழ்நெஞ்சம் இதழாசிரியர்,

“கழுகாய் வலம் வரும்
காளையர் ஒழிந்தால்
பெண்ணியம் வாழும்”

என்று பொருத்தமானதொரு படத்துடன் தன் வாழ்த்துகளைப் பதிவிட்டிருந்தார். அவருடைய கருத்திலெனக்கு உடன்பாடில்லையாயினும், பெண்ணியம் மலர அவர் குரல் எழுப்பியிருப்பது மகிழ்ச்சி.

பெண் சாதனையாளர்களுக்கு விருது வழங்கும் மேடைகள் பலவற்றில் இன்று ஆண்கள் இடம் பெறுகிறார்கள்; வாழ்த்துரை வழங்குகிறார்கள். தங்கள் திருக்கரங்களால் விருதுகள் வழங்கிப் பெருமைப்படுத்துகிறார்கள். பலரது கருத்துரைகளிலும் பெண்கள் இன்னும் படிக்க வேண்டும்; பல் துறைகளிலும் சாதனைகள் படைக்க வேண்டும்; பெண் சமூகம் முன்னேற வேண்டும் என்ற உளமார்ந்த அழைப்பு இருக்கிறது. இது பொதுவெளிக்கு மட்டுமானதாகவே தெரிகிறது.

அவரவர் வீட்டில் வாழும் பெண்களுக்கு நிபந்தனைகளுக்கு உட்பட்டே சுதந்திரமளிக்கப்படுகிறது. எங்கள் சுதந்திரத்தை உங்களிடம் அளித்தவர்கள் யார்? எங்களுக்குரிய சுதந்திரத்தை நீங்கள் அளிப்பதாக ஏன் எண்ணிக்கொள்ள வேண்டும்? என்று மனதிற்குள் மட்டும் கேட்டுக்கொள்கிறோம், வாய் திறப்பதில்லை பலர். என் தோழி பத்மா கூறுவார், ”என் அலுவலகத்தில் ஏதேனும் சிக்கல் அல்லது தொந்தரவுகள் வந்தாலோ அல்லது வேற்றிட மாற்றம் விழைந்தோகூட நான் பணி மாறுதல் கோரி விண்ணப்பிக்க இயலாது. வேறு ஊருக்குச் சென்று பணியேற்க முடியாது என்ற ஒரே காரணத்தால், தகுதி இருந்தும் என் பதவி உயர்வு பறிபோனது. எனக்குப் பின்னால் பணியில் அமர்ந்தவர்கள் எனக்கு உயர் அதிகாரிகளாக வரும்போது அவர்களை எதிர்கொள்வது சற்று அசௌகரியமாகத்தான் இருக்கிறது” என்று.

ஆமாம், பணி நிமித்தம் எந்த ஊரிலும் குடியேறித் தன் குடும்பத்தோடு வசிக்க ஆணுக்கு மட்டும் அனுமதி உண்டு. மனைவிக்கு இடமாறுதல் எனில் புறக்கணிப்புக்கான தடைக்கற்கள் புதிது புதிதாய்த் தோன்றி உருண்டு வந்து அவள் முன்னேற்றத்தின் வாசலை அடைத்துவிடுகின்றன.

இது மட்டுமன்று, வீட்டிற்குள் மனைவியின் கருத்துகளுக்குச் செவிகள் மடுக்கப்படுவதேயில்லை. இன்றும் கணவன், குடும்பத் தலைவர், அவர் வைத்ததே சட்டம். மன்னராட்சிக் கால ஆணைகள் போல், அத்தனை சொற்றொடர்களும், சொல்வனவற்றைச் செய்தே ஆக வேண்டும். இப்பொழுது வளர்ந்து வரும் ஒரு புதிய நிகழ்போக்கு, அப்பாவும் மகளும் சேர்ந்துகொண்டு கிண்டல் செய்வது என்னும் தொற்று நோய்க் கலாசாரம்.

குடும்பம் மகிழ்ச்சியாக இருக்க வேண்டும் என்பதே எப்போதும் விருப்பம். நகைச்சுவையும் நல்ல கலந்துரையாடல்களும் மகளை மட்டுமல்ல, மகனையும் நல்வழிப்படுத்தவல்லன என்பதும் உண்மை. ஆனால் குடும்ப பாரமும் சுமந்து, பணியிடச் சுழலில் சிக்கி ஆற்றுவாரும் தேற்றுவாரும் இன்றி, திக்குத் தெரியாமல், தன் சுயம் தேடிச் சுற்றி வரும் சிறு தோணியாம் குடும்பத் தலைவியின் மீது நடத்தப்படும் தன்மதிப்பைத் தகர்க்கும் தாக்குதலாகவும் சில சமயங்களில் இது எல்லை மீறிப் போய்விடுவது வேதனை.

இதனால்தான் பெண்ணியம் பற்றிப் பேச ஆண்கள் முன்வர வேண்டும் என்கிறேன். குடும்ப உறுப்பினர்கள் அனைவரிடமும் பெண்ணியம் பற்றிய புரிதல்கள் வேண்டும். ஆடவரும் கைகோத்து வந்தால்தான், மகளிர் தினங்களைக் கொண்டாடுவதால் பயனில்லை; மகளிரைக் கொண்டாட வேண்டும் என்ற ஓர் உண்மை புலப்படும்.

அப்பொழுதுதான் பெண்ணைச் சக உயிராய்ப் பார்க்கும் நிலை வரும். உடலாய் மட்டும் பார்க்காதே; போகப் பொருளாய்த் துய்க்க எண்ணாதே என்று தொண்டை கிழியக் கத்தினாலும், காதிற்குள் திணித்தாலும், தொடர் பரப்புரை செய்தாலும் மாற்றம் ஒன்றும் வருவதாகத் தெரியவில்லை.

பெண்ணும் ஓர் உயிர்; தன்னைப் போலவே குருதியும் சதையுமாகத் தோன்றிய இனம்; உணர்வும் உணர்ச்சியும் உடைய

மனிதம்; தனக்கென விருப்பு வெறுப்புகள் இருக்கலாம்; தனது செயல்பாடுகளால் தன் அறிவையும், மதிப்பையும் வளர்த்துக் கொள்ளலாம் என்றெல்லாம் உளமார ஒவ்வொரு ஆணும் உணர வேண்டும். இல்லையெனில்,

"காதல் பொய்யா?
காதலர் பொய்யா?
இருந்தாலும் இறக்கிறது
வருடம் ஒரு உயிர்"

என்று திண்டுக்கல் கவிஞர் திலகவதி ரவீந்திரன் எழுதியது தொடர்ந்துகொண்டிருக்கும் நிலை தாண்டி, அது முடிவுக்கு வரும் காலம் எப்போது என்று இலவு காத்த கிளியாக நாம் நிற்க வேண்டியிருக்கும்.

திரிபுராவில் ஆட்சி மாற்றம்; லெனின் சிலையுடைப்பு. ஒரு காலத்தில் அமைதிப் பூங்கா என்று பெயர் பெற்ற தமிழ்நாட்டில் அதன் எதிரொலிப்பு, பெரியார் சிலையை உடைப்போம் என்று. இவையெல்லாம் வெளியில் தெரியும் முரண்கள். மறைமுகமாக, ஆணுக்குள் தோன்றும் முரண் என்ன தெரியுமா?

அழகுச்சிலை என்றும் தங்கப் பதுமை என்றும் கொண்டாடிக் கொஞ்சிக் குலாவுவர். அதே பெண் தனது ஆசைக்கு அடங்கவில்லை எனில், இச்சைக்கு இணங்கவில்லை எனில், ஒரு கற்சிலைக்குக் கொடுக்கும் மரியாதையும் அளிக்காது, காலடியில் போட்டு மிதித்தனர்; அடித்துத் துவைத்தனர் ஒரு காலத்தில். இன்றோ கத்தியால் குத்தியும், அமிலம் வீசியும் படுகொலை அல்லவா நடக்கிறது?

கேள்வி கேட்பார் இல்லை அன்று: இன்று நிமிர்ந்து நிற்கிறோம்; ஆர்ப்பாட்டம் செய்கிறோம்; குரல் எழுப்புகிறோம்; நந்தினி, ஹாசினி, கௌசல்யாவின் சங்கர் ஆகியோருக்காகக் கூட்டங்கள் போடுகிறோம். அஸ்வினிக்காகக் கண்ணீர் சிந்துகிறோம்; அழகேசனை அடித்து நொறுக்குகிறோம். அன்று பாரதிதாசன்,

"கொலை வாளினை எடடா - மிகு
கொடியோர் செயல் அறவே"

என்று துணிந்து பாடியதை மனதில் நிறுத்தி, நாமும் கொதித்து எழுந்தது உண்மை. கண்ணுக்கு முன்னால் நடந்த கொடூரத்தைப் பார்த்தவர்களும் பல்வேறு ஊடகங்கள் வாயிலாக அறிந்தவர்களும் மனிதநேயமற்ற இந்தத் தாக்குதலால் மனம் நொந்து வெந்துயர் கொண்டு ஒலி வடிவிலும், வரி வடிவிலும் தங்கள் உள்ளக் குமுறல்களை எல்லாம் செய்தித் தாள்கள் முதல் சமூக வலைத் தளங்கள் வரைக் கொட்டித் தீர்த்தனர்.

எங்கே போய்க் கொண்டிருக்கிறோம் நாம்? எதைத் தேடிப் பயணிக்கின்றோம்? இன்று ராகுலும் அவர் சகோதரி பிரியங்காவும், தங்கள் தந்தை ராஜீவ் காந்தியைப் படுகொலை செய்தவர்களை முழுமையாக மன்னித்து விட்டோம் என்று அறிக்கை வெளியிடலாம். ஆனால், பெண்களுக்கு எதிரான வன்முறை புரியும் புல்லினத்தோர்க்கும், படுகொலை புரிந்த பாவிகளுக்கும் மன்னிப்பு என்பதே கிடையாது.

மகளைப் பறி கொடுத்த சோகத்தில் தன் இரண்டு கைகளாலும் தலையிலும் மார்பிலும் அடித்துக் கொண்டு ஒப்பாரி வைத்து அழுது கொண்டிருந்த அஸ்வினியின் தாயாரைச் சுற்றிலும் ஒலிவாங்கிகளுடனும் ஓராயிரம் கேள்விகளுடனும் ஊடகவாசிகள், எருதின் நோயறியாக் காக்கைகள் போல். அவர் கண்ணீரின் சூடு தணிந்தபின் பேட்டி எடுக்கலாம் அல்லவா? உயிருக்குப் போராடும் சின்னஞ்சிறிய புறா ஒன்றைச் சுற்றி வட்டமிடும் கழுகுக் கூட்டமா நாம்? சுடச்சுடச் செய்திகள் தர வேண்டும் என்ற போட்டியும் வியாபார நோக்கும் ஒரு ஆதரவற்ற தாயைக் கேள்விகளால் குத்திக் கிழித்ததும் வன்முறைதானே?

இது மட்டுமன்று, உறுதிப்படுத்தப்படாத தகவல்களால் அஸ்வினியின் நடத்தை பற்றி வினாக்கள் எழுப்பவும் தயங்கவில்லை அவர்கள். ஏதேதோ காரணங்கள் கூறி, அழகேசனின் விபரீதச் செயலை நியாயப்படுத்தி விடுவரோ என்ற ஐயமும் ஏற்பட்டது.

இன்று உச்சநீதி மன்றம், கருணைக் கொலையைக் கூடச் சில விதிகளுக்கு உட்பட்டே செயல்படுத்த வேண்டும் என்று அனுமதி

நீசமாக எண்ணாதே நீச்சலடிக்கக் கற்றுக்கொடு

வழங்கியுள்ளது. ஆனால் அபலைப் பெண்களை அவர்கள் வாழும் காலத்திலும், வாழ்க்கையைத் தொலைத்த சமயத்திலும், வாழ்ந்து முடித்த பின்னரும் வார்த்தையால் கொலை செய்யத் தயங்குவதில்லை இந்தச் சமூகம்.

இதுவா நம் பண்பாடு? இதையா நம் கலாசாரம் என்று கூறுகிறோம்? வீரமும் காதலும் அல்லவா தமிழர் வாழ்வின் சிறப்பு நிலைகள்! இதை நினைத்த பொழுது, மேற்கூறிய பாடலில் இருந்து,

"குகை வாழ் ஒரு புலியே - உயர்
குணமேவிய தமிழா"

என்ற அடுத்த வரிகளும் என் நினைவுக்கு வந்தன. போர்வாள் கவிஞர் நம் வீரத்தையும் உயர் குணத்தையும் ஒருங்கே சொல்லி விளிக்கின்றாரே, இது கற்பனையா? அவரது நம்பிக்கை வீண் போகலாமா?

பாலின வேறுபாடுகளுக்கு நீரும் உரமும் இட்டு வளர்க்கும் இந்தச் சமூகத்தில் பெண்களின் மீது நடத்தப்படும் வரம்புமீறல்கள், பாலியல் தொந்தரவுகள், வன்புணர்வுகள், சுதந்திரம் போன்றதொரு அடக்கு முறை இவையெல்லாம் வேரோடு பிடுங்கி எறியப்பட வேண்டுமெனில், ஏட்டளவில் சொல்லப்படும் பெண்ணுரிமைகள், சட்டப் புத்தக அளவில் வடிவம் பெற்ற சட்ட வரைவுகள், ஒதுக்கீடுகள் என்னும் எட்டாக் கனிகள் ஆகிய அனைத்தும் நேரடியாக விளைவிக்கப்பட வேண்டும்.

தொடக்கப் பள்ளி முதல் கல்லூரிக் கல்வி வரை இரு பாலரும் இணைந்து கற்கும் வகுப்பறைகள், சாதாரணமாகப் பேசிக் கொள்வதற்கான வாய்ப்புகள், முறையான பாலியல் கல்வி, சக உயிர் எனப் பெண்ணை மதிக்கும் மனப்பான்மை, குழந்தைகளுள் ஏற்றத்தாழ்வற்ற வளர்ப்பு முறை போன்ற விதைகளைத் தூவ முயற்சி எடுங்கள்.

பெண்களைப் புரட்டிப் புரட்டி வாயாலும் கையாலும் அடிப்பதை விட்டு விடுங்கள்; அவர்களின் வாழ்க்கையைப் புரட்டிப்போடும் நெம்புகோலாய் உடன் வாருங்கள்.

●●●

17

நனைந்து சுமக்கும் கழுதைகள்

பாரத நாடு பழம்பெரும் நாடு; பண்பாட்டுச் செறிவு மிக்கது; தனித்த கலாசாரம் உடையது; முதன் முதலாக ஆற்றங்கரை நாகரிகம் கண்டு நகரங்களைக் கட்டமைத்தது என்று பெருமை பேசிப் பாருக்குள்ளே நல்ல நாடு என்று இறுமாந்து இருக்கின்றோம்.

சுதந்திர இந்தியாவின் முதல் முதன்மை அமைச்சரான ஜவஹர்லால் நேரு, "ஒரு நாடு தன் பெண்டிரை எப்படி நடத்துகிறதோ அதுவே அந்த நாட்டின் பண்பாட்டை அளக்கும் அளவுகோல்" என்று கூறினார். பெண்கள் நடத்தப்படும் விதம் குறித்துச் சென்ற நூற்றாண்டிலேயே கருத்து வெளிப்பட்டிருக்கிறது எனில், அப்போதைய பெண்களின் நிலையில் தாழ்வும் நல்ல மாற்றம் காண விழைவும் இருந்திருக்கிறது என்பதே பொருள்.

பெண்கள் எவ்வாறு நடத்தப்பட்டிருப்பார்கள்? என்பதைச் செவி வழியாகக் கேட்டும், எழுத்துகளின் வழி வாசித்தும் அறிந்திருக்கிறோம். கல்வியறிவு, குடும்பப் பிரசினைகளில் முடிவெடுப்பது, சொத்துரிமை, அரசியலில் பங்கேற்பு இவை எல்லாம் மறுக்கப்பட்ட காலம் அது. முந்தானையால் முக்காடிட்டு வீட்டுக்குள்ளே பூட்டப்பட்ட நிலை கொஞ்சம் கொஞ்சமாக மாறிப் பெண்கள் கல்விச்சாலையில் காலடி வைக்கத் தொடங்கினர்.

நீசமாக எண்ணாதே நீச்சலடிக்கக் கற்றுக்கொடு

இராஜாராம் மோகன்ராய், விவேகானந்தர், பாரதியார், ஈ.வெ.ரா.பெரியார், அம்பேத்கர் போன்றோரெல்லாம் பெண்கள் மீது வலிந்து திணிக்கப்பட்ட அடிமைத் தனத்திற்கும், சாத்திரங்கள் சடங்குகளுக்கும் எதிராகக் குரல் கொடுத்தனர். சாவித்திரிபாய் புலே, கவிக்குயில் சரோஜினி நாயுடு, முத்துலெட்சுமி ரெட்டி என ஆங்காங்கே ஒரு சில துருவ நட்சத்திரங்கள் தோன்றின. ஆனாலும் பெண்களின் வானம் விடிந்து விடவில்லை.

நேருவின் மகள் இந்திரா காந்தி, நம் நாட்டின் முதல் பெண் முதன்மை அமைச்சர். அவரிடம் ஒரு நேர்காணலில், "நாட்டின் மிகவும் பின் தங்கிய இனம் எது?" என்ற கேள்வி வைக்கப்படுகிறது. அவர் என்ன பதில் கூறினார் தெரியுமா? சற்றும் தாமதிக்காமல், "பெண்ணினம்" என்றார். காலங்காலமாகச் சாதி, மத, இன வேறுபாடுகளுடன் வளர்க்கப்பட்ட நம் சமுதாயத்திற்கு அதிர்ச்சி தரும் விடை இது. ஆனால் உண்மைதானே?

பலதுறைகளிலும் ஆண்களே கோலோச்சிக் கொண்டிருந்த காலத்தில் பெண் மருத்துவர், விமான ஓட்டி, சுமையுந்து, ஆட்டோ, பேருந்து ஓட்டுநர்கள், நீதிபதி, ஆளுநர், மாவட்ட ஆட்சியர், ஆசிரியர், விண்வெளி வீராங்கனை, தடகள வீராங்கனைகள் எனப் பல துறைகளிலும் பெண்கள் நுழைந்து, பணி புரிந்து, பல சாதனைகளும் புரிந்து வருகின்றனர். இருப்பினும் பெண்களுக்கான புரிதல்களில் பின் தங்கிய நிலை தான் காணப்படுகிறது.

நாட்டு விடுதலைக்கும், பெண் விடுதலைக்கும் ஆவேசமாகக் குரல் எழுப்பி, அடிமைத் தளை அறுக்கப் பாடிய மகாகவி பாரதியார் கூடக் குழந்தைகள் எனில் குழைந்து போகிறார். பாப்பாப் பாட்டில் குழந்தைகளை வளர்க்க வேண்டிய முறைகளையும், குழந்தைகள் பின்பற்ற வேண்டிய நெறிகளையும் காட்டியவர், குழந்தைச் செல்வத்தினைக் கண்டு,

"மார்பில் அணிவதற்கே - உன்னைப்போல்
வைர மணிகளுண்டோ?
சீர் பெற்று வாழ்வதற்கே - உன்னைப்போல்
செல்வம் பிறிதுமுண்டோ?"

என்று பாடிக் குதூகலிக்கிறார். குழந்தைகளின் அருமையைக்

குழந்தைப் பேறு கிட்டாதவர்களிடம் கேட்டுப் பாருங்கள் என்று சொல்வார்கள். குழந்தையில்லா வீட்டில் எவ்வளவு செல்வமும் வசதிகளும் நிறைந்திருப்பினும், அது புதர்ச்செடிகள் நிறைந்த தோட்டமே ஆகும். குழந்தைகள் வலம் வரும் வீடே, மலர்ச்செடிகள் பூத்துக் குலுங்கும் நந்தவனமாகும்.

அதிலும் ஆதிகாலம் தொட்டு இன்று வரை, பெண் குழந்தைகள் எனில் தகப்பன்மார்களுக்குத் தனிப் பேரன்பு. பலரும் தனது மகளை 'என் அம்மா' என்று கொஞ்சி மகிழ்வதைப் பார்த்திருக்கிறேன். வீட்டிற்கு வந்த திருமகளாகவும், தேவதையாகவும், இளவரசியாகவும் போற்றப்படுவதும் பெண் குழந்தைகள்தான். உசிலம்பட்டியின் கள்ளிப்பாலுக்கும், பாலினம் அறியும் மருத்துவமனை ஊடுகதிர் படங்களுக்கும் தப்பிய பெண் குழந்தைகள் நம் வீட்டின் வரங்கள் என்று நாம் மகிழ்ந்திருக்கக்கூடிய வேளையில் தான் மனமற்ற, மனசாட்சிக்குப் பயப்படாத மனித மிருகங்களின் பாலியல் வன்புணர்வு என்னும் கொடூரப் புயலில் சிக்கி, சின்னாபின்னமாகிச் சிதைக்கப் படுகின்றனர் பெண்கள். கல்வியறிவும், அறிவியல் தொழில்நுட்பமும், விசாலப் பார்வையும் அதிகரித்து நாடு வளர்ந்து வரும் நிலையில்தான்,

"காமம் முற்றுழி கல்வியும் கைகொடா"

என்னும் சான்றோர் வாக்கிற்கிணங்க, கொடுங்காமம் மிகக்கொண்டு விலங்கினும் கீழாய்த் தகாத படுபாதகச் செயல்கள் புரிந்து பெண் குழந்தைகளின் மானத்துடனும் உயிருடனும் தன் ஆணாதிக்கத்தைச் செலுத்தி இழிபிறப்பு நிலையடைகின்றன அவை.

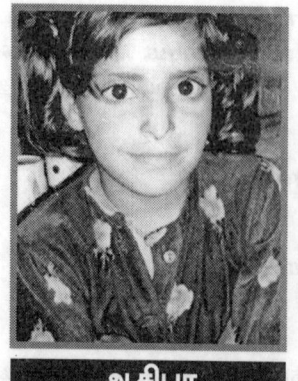

ஆசிபா

ஹாசினிக்காக நாம் சிந்திய கண்ணீரின் ஈரம் காய்வதற்கு முன்னே இன்று ஆசிபாவைப் பலி கொடுத்திருக்கிறோம். நமது கையாலாகாத்தனம் எழுத்துகளிலும், புலம்பல்களிலும் வெளிப்படுகிறதே தவிர விமோசனமோ தீர்வோ காணப்படுவதில்லை. ஜனவரி மாதமே ஆசிபா சித்திரவதைக்கு ஆளாகிப் படுகொலை செய்யப்பட்டிருக்கிறாள்.

அந்தப் பிஞ்சுக் குழந்தையின் கடைசி உயிர்த்துளியும் காற்றில் கலந்து மூச்சு அடங்கும் நொடி வரை வன்புணர்வும் கொலை முயற்சியும் கட்டவிழ்த்து விடப்பட்டிருக்கின்றன. ஊடகங்களில் செய்திகளைப் படிக்கும் போது கண்ணீர் வழிகிறது. ஆசிபாவின் படம் கல் மனத்தையும் கரைக்கின்றது.

1952இல் - பராசக்தி திரைப்படத்தில் கதாநாயகன் குணசேகரன், நீதிமன்றக் காட்சியில், "கோவில் கொடியவரின் கூடாரமாக இருக்கக் கூடாதென்பதற்காகக் கோவிலிலே குழப்பம் விளைவித்தேன்; கோவில் கூடாதென்பதற்காக அல்ல. பூசாரியைத் தாக்கினேன், அவன் பக்தன் என்பதற்காக அல்ல; பக்தி பகல் வேஷமாய் ஆகிவிட்டதைக் கண்டிப்பதற்காக" என்று வாதாடுவதாகக் கலைஞர் கருணாநிதி திரைக்கதை வசனம் எழுதி இருந்தார். இந்தப் பகுதியுடன் சேர்ந்த அந்த நீண்ட வசனத்திற்குத் தன் அபரிமிதமான நடிப்பால் உயிர் கொடுத்திருந்தார் நடிகர் திலகம் சிவாஜி கணேசன். தமிழ் உலகமே பார்த்து ரசித்தது; வியந்து பாராட்டியது.

அந்தக் கற்பனைக் கதை இன்று உண்மையாகி நம் மனத்தை உலுக்குகிறது. காஷ்மீரில் எட்டு வயதுக் குழந்தை ஆசிபா அடைத்து வைக்கப்பட்டு அணுஅணுவாய்ச் சித்திரவதை செய்யப்பட்டுக் கொலை செய்யப்பட்டது ஒரு கோவிலில் தான். கோவில் கொலைகாரர்களின் கூடாரமானது மட்டுமல்ல, பூசாரியும் துணிந்து மகாபாவம் செய்திருக்கிறான்.

கோவிலில்லா ஊரில் குடியிருக்க வேண்டாம் என்று சொன்னார்கள் அன்று. இன்று வேண்டாம் வேண்டாம் இனி கோவில்களே வேண்டாம். முனீஸ்வரரையும் அய்யனாரையும் மொட்டைக் கோபுரத்திலோ அல்லது பொட்டல் வெளியிலோ தானே வழிபடுகிறோம். அதுவே போதும். எங்கள் பெண் குழந்தைகளைக் காப்பாற்றாத எந்தத் தெய்வமும் தேவையில்லை; அவர்களைப் பாதுகாக்காத எந்தக் கோவிலும் தேவையில்லை.

இப்படியே தார்ச்சாலையாய் நீண்டு கொண்டே போகும் பெண் கொடுமைகள் பற்றிப் பேசி மட்டும் பயனில்லை. ஒவ்வொரு பெண்ணுக்குள்ளும் ஒரு மிருகத்தை வளர்க்க வேண்டும். அது, சொன்னதைச் சொல்லும் பச்சைக் கிளியோ, கீச்கீச்சென

மெல்லொலி எழுப்பும் காதற்புள்ளாகவோ இருக்கக் கூடாது. ஒரு ஆபத்தை உணரும் நொடியில், பாயும் புலியோ, கடிக்கும் நாயோ, அல்லது பிறாண்டும் பூனையோ உள்ளிருந்து விழித்து, ஆவேசமாகக் குதித்து வெளியே வர வேண்டும். நிராயுத பாணியல்ல பெண்கள், விரல் நகங்களே போராயுதமாய் மாறும் பேராயுதம் தரித்த நவீன நரசிம்ம அவதாரமாய் எதிரியைக் கிழித்துக் குதறிடும் பேராற்றல் பெற வேண்டும்.அவனைக் காலடியில் கொன்றுபோட்டு மிதிக்கும் மகிஷாசுரமர்த்தினியாய்க் கொக்கரிக்க வேண்டும்.

முகத்தில் காறி உமிழ்ந்தாலும் துடைத்தெறிந்து விடும் மானமற்ற கூட்டத்தை மோதி மிதிக்கத்தான் வேண்டும். மகாகவி பாரதியே, நீ தீர்க்கதரிசியப்பா. நாங்கள்தான் அசட்டையாக இருந்துவிட்டோம். தற்காப்பு என்பதும், தடைதாண்டி வருதல் என்பதும் இன்றைய பெண்களுக்குத் தெரிந்திருக்க வேண்டிய பாடமாகவோ, கலையாகவோ கற்றுக்கொடுக்கத் தவறிவிட்டோம்.

“நனைந்து சுமப்பது” என்று நாட்டுப்புறத்தில் ஒரு வழக்குச் சொல் உண்டு. முன்னெச்சரிக்கை என்ற சொல்லையே மறந்துவிடுகிறோம். எங்காவதொரு நிகழத்தகாதது நிகழ்ந்த பிறகுதான் சிலிர்த்தெழுகிறோம். அந்தக் கொடுமையின் விழுக்காட்டைப் பொறுத்துக் கொதிப்படைகிறோம்.

வேரிலே பூச்சியரித்தால் செடி எப்படி வளரும்? வேரில் பழுது எனில், வலிமை பெறுமா விழுது? சமூகத்தில் பெண்ணுக்கு மரியாதை இல்லை: சம உரிமைகள் இல்லை; சக உயிராய்ப் போற்றப்படுவது இல்லை; உணர்வை மறுத்து, உடலமாய் மட்டுமே பார்க்கப்படுகிறாள் என்றெல்லாம் கட்டுரைகள் எழுதித் தள்ளுகிறோம்; சொற்பொழிவுகளாகப் பேசிக் குவிக்கிறோம். அவ்வப்பொழுது போராட்டங்கள், மறியல்கள் நடத்துகிறோம். தீர்ப்பு வழங்குவதற்குள் பல மாமாங்கங்கள் கடந்துவிடும் எனத் தெரிந்தும் வழக்குகள் தொடுக்கிறோம்; புகார் செய்கிறோம்; எச்சரிக்கை விடுக்கிறோம்.

ஆனால், வேறொரு புதிய பிரசினை முளைத்துவிட்டால், நடப்புப் பிரசினைகளை மறந்துவிடுகிறோம். புதிய பிரசினை பற்றிக் காரசாரமாக விவாதித்துவிட்டு, சுடச்சுட இட்லியும் தக்காளிச் சட்டினியும் சாப்பிட்டுவிட்டு நிம்மதியாகத் தூங்கி விடுகிறோம்.

18

கடக்க வேண்டும் கட்டமைப்பை

கணித வகுப்பு நடந்துகொண்டிருக்கிறது. கரும்பலகையில் ஒரு படம் வரைந்து ஆசிரியர், "செவ்வகம் என்பது மூடிய கோட்டுருவங்களுள் ஒன்று. அதற்கு நான்கு முனைப் புள்ளிகள் உண்டு. இரண்டு நீளப் பக்கங்களும், இரண்டு அகலப் பக்கங்களும் உண்டு. எதிரெதிர்ப் பக்கங்கள் சமம். கோணங்களின் கூடுதல் 360 பாகைகள்" என்று செவ்வக வடிவத்தின் பண்புகளை வரையறுத்துச் சொல்கிறார். இப்படித்தான் பெண்ணும் வடிவமைக்கப்படுகிறாள்.

குழந்தை பிறந்தவுடன் குறியின் அடிப்படையில்தான் ஆணா பெண்ணா என்று அறிவிக்கப்படுகிறது. பெண்குழந்தை எனில் அவளது பண்புகள் வடிவாக்கம் அப்பொழுதே துவங்கி விடுகிறது. சமூகமே இச்சீரிய பணியினைச் செம்மையாகச் செய்கிறது. அவளுடைய தனித்தன்மைகள், தனியாள் வேற்றுமைகள், தனிப்பட்ட விருப்புவெறுப்புகள், ...மூச்... அதைப்பற்றியெல்லாம் கவலையில்லை.

விழுத்துணையாக அமையும் என்று தெரிந்துகொண்டால், சமுதாய வேர்கள் பலப்படும்: பெண்ணிய விழுதுகள் புலப்படும். குடும்பத்தில் பூக்கும் சமத்துவ மலர்களின் வாசம் மெல்ல மெல்லச் சமுதாயத்திலும் பரவி வீசும். அந்த வாசத்தின் நேசத்தில் அடக்கு முறைகளும் அமிலக் குப்பிகளும் கரைந்து போகட்டும்; பெண் விடுதலையும் பாதுகாப்பும் கலந்து மலரட்டும்.

●●●

'வரும் முன் காத்தலே சிறந்தது' என்பதைச் சற்று நிதானமாகச் சிந்தித்தால், சமுதாயச் செடியின் அழுகிப்போன வேர்கள் நம் கண்ணுக்குப் புலப்படும். வேரிலிருந்து சிகிச்சையைத் தொடங்கினால், சமூகத்தில் புரையோடிப் போன புண்களைக் கூடக் குணப்படுத்திவிடலாம்.

சமுதாய வேரின் பிறப்பிடம் இங்கு குடும்பமே ஆகும். பெண்குழந்தைகளை விட ஆண் குழந்தைகளை அறிவாகவும் ஆரோக்கியமாகவும் வளர்க்கக் காலங்காலமாகப் பாடுபடுகிறோம். "ஆணுக்கழகு சினமெழுந்து அடங்கல்" என்று வேறு ஆணவப்படுத்துகிறோம். வீட்டில் அக்கா தங்கைகளை மதிக்க வேண்டும் என்றோ, அவர்களின் விருப்பங்களைப் பரிசீலனை செய்ய வேண்டும் என்றோ சொல்லித் தருவதில்லை.

க.நா.சுப்ரமணியம் மொழிபெயர்த்த உலக இலக்கியங்களில் காதல் கதை "செராவினோ"வில் கதாநாயகன், "நான் எதற்காக உயிர் வாழ வேண்டும்?" என்று கேட்டபடி அறிமுகம் ஆவான். இந்த மனநிலைக்குத்தான் ஒரு ஆண் அறியாமலே அவனது குடும்பப் பெண்கள் தள்ளப்படுகின்றனர்.

குடும்பம் என்பது நான்கு சுவர்களுக்குள் அடங்கிடும் மிகச் சிறிய சமூகம் ஆகும். இந்தச் சமூகத்தில் பண்பட்ட தலைவனாய் ஆண் நிமிர்ந்து நிற்க வேண்டிய கட்டாயம் எழுந்திருக்கிறது. அகந்தையும், ஆணாதிக்க மனப்பான்மையும் கடந்து, பெண்களுக்குக் காரியம் யாவினும் கை கொடுக்க வேண்டிய காலகட்டம் இது என்பதை உணரும் நேரம் வந்திருக்கிறது. ஆண் பெண் வேறுபாட்டைத் தவிர்த்துத் தோள் கொடுத்துத் தோழமை உணர்வோடு தொடர்ந்து வந்தால் போதும். ஒவ்வொரு குடும்பத்தினரும்,

"இளமையும் நில்லா, யாக்கையும் நில்லா,

வளவிய வான் பெருஞ் செல்வமும் நில்லா,

புத்தேளுலகம் புதல்வருந் தாரார்"

என்பதை உணர்ந்து, அறம் மட்டுமே துணை வரும் என்று தெளிய வேண்டும். நல்லது செய்தல் ஆற்றீராயினும், அல்லது, குறிப்பாகப் பெண்களுக்குத் தீங்கு செய்யாதிருத்தலே நமக்கு

நீசமாக எண்ணாதே நீச்சலடிக்கக் கற்றுக்கொடு

தூக்கத்திலேயே பல பிரசினைகளும் அமிழ்ந்து சமாதியாகி விடுகின்றன.

என்னதான் செய்வது? சிந்தித்துப் பார்த்தோமா? பிரபஞ்சன் தன் கட்டுரையில் கூறுவது போல், "வன்முறை ஒரு வாழ்க்கை முறையாகவே மாறிக்கொண்டிருப்பதை நாம் அனுபவப்பூர்வமாகத் தெரிந்திருக்கிறோம்." காலையில் செய்தித் தாளைப் பிரித்தால், யுத்தபூமியில் கண்ணுக்குத் தெரியாமல் புதைத்து வைக்கப் பட்டிருக்கும் கண்ணி வெடிகள் மேல் கால் வைத்தது போல், ஒவ்வொரு பக்கத்துச் செய்தியைப் படிக்கும் போதும் பதற வேண்டியிருக்கிறது.

பிரபஞ்சன் மேலும் கூறுவார்: "ஒரு வகையில் லஞ்சம் போலவே வன்முறையும். லஞ்சம் வாங்காமல் வாழலாம்; கொடுக்காமல் வாழ முடியாது என்பது போல, வன்முறையைப் பிறர் மேல் பிரயோகிக்காமல் வாழ முயலலாம். வன்முறைக்குள்ளாவதைத் தவிர்க்கக் கூடுமான சூழ்நிலை இல்லை. இது நம் காலத்தின் மிகப் பெரும் அவலம்" என்று. இன்று இந்த அவலம் பெண்கள் மீது கட்டவிழ்த்து விடப்படும் வன்முறையாகப் பேரவலமாய் வளர்ந்து கொண்டிருக்கிறது.

"குழந்தைகளுக்குப் பாதுகாப்பளிப்பது சமூகத்தின் கடமை" என்று குடியரசுத் தலைவர் பல்கலைக் கழகத்தில் உரையாற்றுகிறார். "பேத்தியாக நினைத்துக் கன்னத்தில் தட்டினேன்" என்று நிருபர்கள் கூட்டத்தில் ஆளுநர் சொல்கிறார். "சிறுமிகளைத் துர்க்கை அம்மனாக வழிபடும் மண்ணில் இப்படிப்பட்ட கொடூரத்தை ஆசிபாவுக்கு அவர்கள் அரங்கேற்றியது எப்படி?" என்று ஜம்மு-காஷ்மீர் முதல்வர் கேட்கிறார். இப்படி வினாக்களும் முரண்களும் மலிந்த நிலையில் தான், பெண்ணே பெண்ணை இழிதொழிலுக்கு அழைத்த பேராசிரியர் நிர்மலாதேவியையும் பார்க்கிறோம். காமன்வெல்த் விளையாட்டுப் போட்டியில் டேபிள் டென்னிஸில் தங்கம் வென்று தலை நிமிர்ந்து நிற்கும் மணிகா பத்ராவையும் பார்க்கிறோம்.

இப்படியான நிலையில், தண்டனை வழங்குவதில் கடுமையை ஏற்ற வேண்டும்; குற்றவாளியைக் கழுவில் ஏற்ற வேண்டும் என்றெல்லாம் தவறு நடந்த பிறகு கொதிப்பதைவிட,

பெண் என்பவள் அடக்க ஒடுக்கமாக இருக்க வேண்டும். அச்சம், நாணம், மடம், பயிர்ப்பு முதலிய நான்கு பண்புகள் அமைய வேண்டும். செய்ய வேண்டிய விஷயங்கள் இரண்டு: சமைக்க வேண்டும்; துவைக்க வேண்டும். செய்யக் கூடாத விஷயங்கள் இரண்டு: அதிர்ந்து பேசக் கூடாது; சத்தம் போட்டுச் சிரிக்கக் கூடாது. குடும்பத்தில் அப்பாவும் ஆம்பளைப் பிள்ளையும் சமம். அவர்கள் கூடத்தில் தொலைக்காட்சி பார்ப்பார்கள். அம்மாவும் பொம்பளைப் புள்ளையும் சமம். அவர்கள் சமையற்கூடத்தில் கூடிச் சோறாக்குவார்கள். இந்த நால்வரின் கூடுதலே ஒரு பல்கலைக் கழகம் என்று வேறு கூறிக் கொள்கிறோம்.

தொல்காப்பிய காலத்திலும் இந்த வேறுபாடு சமைக்கப் பட்டிருப்பதை,

"பெருமையும் உரனும் ஆடூஉ மேன"

என்னும் வரியில், ஆண்பிள்ளையை உரனுடையவனாக, பெருமைக்குரியவனாக உருவாக்கம் செய்திருப்பதிலிருந்து தெரிந்து கொள்ளலாம். மேலும்,

"அச்சமும் நாணும் மடனும் முந்துறுதல்

நிச்சமும் பெண்பாற் குரிய"

என்று பெண் பிள்ளைகளுக்குரிய பண்புகள் கட்டமைக்கப்பட்டிருக்கிறது; கட்டாயமாக்கப்பட்டிருக்கிறது. பெண் என்பவள் அச்சம், நாணம், மடம் என்ற பண்புகளைக் கொண்டு அழகு பொருந்தியவளாக, இரக்கமும் அமைதியும் பூண்டு, அடக்கத்தின் திருவுருவாக, ஆற்றலற்றவளாகவும், செயல் திறனற்றவளாகவும் உருவகப்படுத்திக் காட்டப்படுகிறாள்.

நகர, மாநகரக் கலாசாரத்தில் வளர்கின்ற இன்றைய குழந்தைகள், அதுவும் குடும்பத்திற்கு ஒரே வாரிசாக விளங்கும் பெண்குழந்தைகளை இந்தக் கட்டமைப்பிற்குள் எல்லாம் முழுமையாகக் கொண்டு வர இயலாமல் நிறைவின்மை அடையும் பெற்றோர், நாங்களெல்லாம் எங்கள் காலத்தில் எங்கள் அம்மா அப்பா கிழித்த கோட்டைத் தாண்டியதேயில்லை என்று புலம்புவதைக் காண்கிறோம். ஆனால் அவர்களின் குழந்தைகளோ,

தாண்ட முடியவில்லையெனில் அந்தக் கோட்டைச் சுற்றிக் கொண்டாவது போயிருக்கலாமில்ல? என்று கேட்டு எள்ளுகிறார்கள்.

உண்மையில் அந்தக் காலத்தில் பெண்களுக்கான கட்டுப்பாடுகள் அவர்களறியாமலே அவர்கள் மீது திணிக்கப் பட்டன. விவசாயி படத்தில் உடுமலை நாராயண கவி எழுதி, டி எம் சௌந்திரராஜனும் பி. சுசீலாவும் பாடிய அருமையான பாடல்,

"இப்படித்தான் இருக்க வேணும் பொம்பளே

இங்கிலீசு படிச்சாலும் இன்பத் தமிழ் நாட்டில

இப்படித்தான் இருக்க வேணும் பொம்பளே"

என்று ஜனரஞ்சகமாகப் பாடி, நாணம், உடை, கூந்தல், தன்னை அழகுபடுத்துதல் போன்ற அனைத்திலும் அவள் இப்படித்தான் இருக்க வேண்டும் என்று வரையறுத்துச் சொல்லப் பட்டிருக்கிறது. இதற்கு அடுத்த வரியில்,

"உங்க சொற்படியே நடந்துக்கிறேன் சொல்லுங்க

நான் எப்படி எப்படி இருக்கணுமோ

அப்படி அப்படி மாத்துங்க"

என்று பெண் தானாக முன் வந்து தனது இயல்பையே தன்னை விரும்புபவன் நினைத்தால் மாற்றிக்கொள்ளலாம் என்று கூறுவதாகப் பாடி, பெண்களும் ரசிக்கும்படி மூளைச் சலவை செய்திருப்பது விந்தையாகத் தெரிகிறது.

பெண் குழந்தைக்கு விவரம் தெரியும் நாள் முதல் அதாவது அந்தக் குழந்தைக்கு நாம் சொல்வது புரியும் என்று நாமாக நினைத்துக்கொள்ளும் நாள் முதல் வேகமாக ஓடாதே, இப்படி உட்காராதே, அப்படிக் குதிக்காதே, சத்தம் போட்டுச் சிரிக்காதே, உரத்துப் பேசாதே, கூவியழுவாதே என்று எத்தனையெத்தனை சட்டங்கள் போடப் படுகின்றன!. பெண்குழந்தை வீட்டில் யாரையும் எதிர்த்துப் பேசக்கூடாது; சம்மணம் போட்டு மட்டும் அமர வேண்டும்; வீட்டு வேலைகளில் அவள் மட்டுமே

அம்மாவுக்கு உதவ வேண்டும். என்றெல்லாம் காலங்காலமாகச் சொல்லப்பட்டுப் பெண்களை அடக்கி ஆட்சி செய்து வந்திருக்கிறது ஆண்சமூகம். இன்றும் இந்த அவலம் தொடர்வது கண்டிக்கத்தக்கது.

ஒருமுறை நகைச்சுவை நடிகர் விவேக் என்ன செய்தார் தெரியுமா? விடுமுறைக் காலத்தைக் குழந்தைகள் பயனுள்ள வகையில் கழிக்க வேண்டும் என்று அறிவுறுத்த நினைத்தவர், ஆர்வக்கோளாறில், டுவிட்டரில், "அன்புக் குழந்தைகளே! மாணவர்களே! பெண் குழந்தைகள் சமையலறையில் அம்மாவிற்கு உதவியாக இருங்கள்; சமையலைக் கற்றுக் கொள்ளுங்கள். ஆண்பிள்ளைகள் அப்பா வேலை பார்க்கும் இடத்திற்குச் செல்லுங்கள்; குடும்பத்திற்காக அவர் எப்படி உழைக்கிறார் என்பதைத் தெரிந்துகொள்ளுங்கள்" என்று அறிக்கை விடுத்தார். எந்த நூற்றாண்டில் வாழ்ந்து கொண்டிருக்கிறார் இவர்? இவ்வளவு பிற்போக்கான சிந்தனை இவரிடம் தோன்றியதெவ்வாறு?

சிந்தனையில் முற்போக்குக் கருத்துகள் முகிழ்த்த என்.எஸ். கிருஷ்ணனின் வழித்தோன்றல் என்று கூறப்படுபவர் சமூகப் பொறுப்பின்றி, பெண் குழந்தைகள், ஆண் குழந்தைகள் என்று வேறுபடுத்திச் சிந்தித்தது ஏன்? எத்தனை நூற்றாண்டுகள் போனாலும் அடுப்பூதும் பெண்கள், எட்டும் அறிவினில் ஆணுக்கு இங்கே இளைப்பில்லை காண் என்று தெளிவு பெற்ற மதியினராய், உறுதி கொண்ட நெஞ்சினராய் வலம் வர ஆணாதிக்கச் சமூகம் மனதளவில் தயாராகிச் சிவப்புக் கம்பளம் விரித்து வரவேற்கப் போவதில்லை என்பது புரிகிறது. விவேக் பாணியில் சொல்வதானால், எத்தனை பெரியார்கள் வந்தாலும் இவர்களது மனநிலையை மாற்ற முடியாது; இவர்களைத் திருத்த முடியாது. அதனால்தான் சிறுமை கண்டு பொங்குகிறோம்; விழலுக்கு நீர் பாய்ச்சி மாண்டு போகிறோமோ என்று கலங்கினாலும் பெண்ணின மரியாதை காக்கப் போராடுகிறோம்.

பாராளுமன்ற உறுப்பினர் ரேணுகா சௌத்ரி சொல்வதைக் கேளுங்கள், "கடந்த ஆண்டு எனது தந்தை இறந்தபோது, அவருக்கு இறுதிச் சடங்குகளைச் செய்ததற்காக, அதிகார சக்திகளிடமிருந்து எனக்கு எதிர்ப்பு வந்தது. என் தந்தை என்னை ஒரு பெண்ணாகவோ, பையனாகவோ வளர்க்கவில்லை, இந்த நாட்டுப் பிரஜையாக வளர்த்தார்" என்று நெஞ்சம் நிமிர்த்திப் பேசுகிறார்.

ஆக, தனது பெண் குழந்தைகளைத் தகப்பன்மார்கள் எப்படி வளர்க்க ஆசைப்படுகிறார்கள் என்பதற்கு இவரது வார்த்தையும் ஒரு சான்றாகிறது. ஆனால், வீட்டிற்குள்ளோ பொதுவெளியிலோ மனைவிக்குக் கொடுக்கப்படும் உரிமை, சுதந்திரம், செயலூக்கம் என்பவை கேள்விக்குறியாகவே நிற்பது கொடுமை. மகள்களுக்கு மட்டும் இந்த உரிமைகள் உண்டு என்பதில் உறுதியாக நிற்கிறார்கள்: மனைவியும் மாமனாரின் மகள்தான் என்பது கணவன்மார்களுக்கு ஏனோ புரிவதில்லையே!

பால் பேதமின்றி இந்த நாட்டுக் குடிமகளாக மட்டும் வளர்க்கப்பட்டதாகப் பெருமிதம் கொள்ளும் அவரே, "பெண்களை எப்படிச் சமமாக நடத்த வேண்டும் என்று நமது நாடாளுமன்ற உறுப்பினர்களுக்குப் பாடம் கற்பிக்க வேண்டியுள்ளது" என்றும் ஆதங்கத்துடன் அறிக்கை விடுகிறார். நாட்டையே ஆளும் நடுவணரசிலும் பெண்கள் நடத்தப்படும் விதம் சொல்லுந்தரமன்று என்பது வெட்ட வெளிச்சமாகிறது. அந்த முப்பத்து மூன்று சதவீதம், சம உரிமை என்று சொன்னதை நம்பிக் கனவு காணாமல், அறிக்கைகள் விடவும், வாக்குகள் சேகரிக்கவும் பயன்படுத்தப்படும் விளம்பர வாசகங்கள் அவை என்று புரிந்து கொள்வோம்.

மாற வேண்டியது இந்த இழிநிலைதான். பால் வேறுபாட்டை முன்னிறுத்தி, பெண்ணினத்தைப் பின்னிறுத்திப் "பெண் புத்தி பின் புத்தி" என்று முத்திரை குத்தி ஆணாதிக்க சமூகம் குளிர் காய்கிறது. ஒரு செயலின் பின்னே வரும் விளைவுகளையும் கூட முன்கூட்டியே சிந்தித்துச் செயல்படுவதுதான் பின்புத்தி என்னும் உண்மையான விளக்கமெல்லாம் ஆண்புத்தியில் ஏறுவதேயில்லை. சமூக நீதியை நிலைநாட்ட, சமூகத்தில் பெண்களுக்குரிய இடத்தை நிலைநிறுத்த, ஒற்றுமையும் பொறுமையும் சகிப்புத் தன்மையும் இருபாலரிடத்தும் தேவை என்பதே பெண்களின் கோரிக்கையாகிறது.

பிரபல கிரிக்கெட் வீராங்கனை மிதாலி ராஜ் ஒரு நேர்காணலில், "நான் இந்த உலகை ஆண்டால், ஆண் பெண் பாரபட்சம் காட்ட மாட்டேன். மக்கள் ஒருவரை ஒருவர் அன்புடன் அணுக வேண்டும். அவசியமானால் பால் வேறுபாடு தடை செய்வேன். சமூக நீதியை அனைவருக்கும் நிலைநாட்டுவேன். ஆண்கள், பெண்கள், குழந்தைகள் அனைவரும் ஒற்றுமையுடன்

நீசமாக எண்ணாதே
நீச்சலடிக்கக் கற்றுக்கொடு

வாழும் சூழலை உருவாக்குவேன்" என்று தனது கனவுப் பேரரசு பற்றிச் சிறப்பித்துக் கூறுகிறார். கிட்டத்தட்ட ஒட்டு மொத்தப் பெண்களின் கனவாகவே இது விரிகிறது.

இந்த மாதம் (மே) பதினான்காம் தேதி அன்னையர் தினமாம். நடிகர் சிவகுமார், தினமணியாசிரியர் கி.வைத்தியநாதன், மருத்துவர் சுதாசேஷய்யன் போன்றோர் தாயின் தியாகங்களைப் பட்டியலிட்டுப் பேசினார்கள். தன் தாயை உள்ளத்தில் வைத்துக் கொண்டாட வேண்டும். தெய்வத்தைத் தாய் வடிவில் பார்க்கிறேன். அன்னை என்பது ஒரு அற்புதமான சக்தி என்றெல்லாம் முழங்கினார்கள், மகிழ்ச்சியாக இருந்தது..

மிதாலி ராஜ்

இதுபோல் எவரேனும் தன் மனைவியின் அன்பை, தியாகத்தைப் பற்றி மேடையில் ஒரு வார்த்தையாவது சொல்வாரா? பின் தூங்கி முன்னெழுந்து, அடுப்படி முதல் கழிப்பறை வரை மேலாண்மை செய்து, கணவனின் காரியம் யாவினுக்கும் தோள் கொடுத்து, கடலலை போல் எழுந்தும் விழுந்தும் ஓடிக் கொண்டிருக்கும் மனைவியை மேடையில் வேண்டாம் அய்யா, வீட்டிலேனும் பாராட்ட எத்தனை பேருக்கு விசால மனம் வாய்த்திருக்கிறது? சொல்லுங்கள் பார்ப்போம்.

இங்கேயும் பாரதியைத்தான் அழைக்க வேண்டியிருக்கிறது. அவன் ஒருவன் தானே துணிவாகப் பாடினான்!

"மண்ணுக்குள் எவ்வுயிருந் தெய்வமென்றால்
மனையாளும் தெய்வமன்றோ? மதிகெட்டீரே!
விண்ணுக்குப் பறப்பது போல் கதைகள் சொல்வீர்!
விடுதலை யென்பீர்! கருணை வெள்ளமென்பீர்!

பெண்ணுக்கு விடுதலை நீரில்லையென்றால்
பின்னிந்த உலகினிலே வாழ்க்கையில்லை"

என்று துணிந்து குரல் கொடுத்துவிட்டு மிகக் குறைந்த வாழ்நாளில் அவன் சென்றுவிட்டான். ஆனால் அவன் விதைத்த பெண் விடுதலை என்னும் விதைகளில் பலவும் திராவிட பூமியில் வீரிய உரங்களாக மண்ணுக்குள் புதைந்து மண்ணோடு மண்ணாய்க் கலந்துவிட்டன. ஓரிரு விதைகள் நெஞ்சுரத்தோடு முளைத்து, மலர்ந்து, கிளை பரப்பி, விருட்சங்களாகியிருக்கின்றன.

குமரி மாவட்டத்தில் ஓர் இந்திய ஆட்சிப் பணி அதிகாரி, ஜோதி நிர்மலாசாமி. அவரது தந்தையார், தனது சக்தியாகத் தன் மனைவி அமைந்திருப்பது தனக்குப் பலம் என்று உணர்ந்திருக்கிறார். அவரை 'மேன்' ***(man)*** என்றழைத்து அன்பு செலுத்துகிறார். மனைவியை 'மேன்' என்றழைக்கும் போது அது அவளுக்குச் சமத்துவம் தரும் என்பதைக் குழந்தைகளும் உணர்கிறார்கள். மனைவியே அவர் குடும்பத்தின் நிதி மந்திரி. எல்லா நிகழ்ச்சிகளிலும் அவரை முன்னிறுத்தியே சமநிலை காண்கிறார்.

ஜோதி நிர்மலாசாமி ஐ.ஏ.எஸ்

சமையல் மிகவும் சுவையாக அமைந்து விட்டால், மனைவியைப் பாராட்டுவதும், மனைவியோடும் குழந்தைகளோடும் அந்த மகிழ்ச்சியைப் பகிர்ந்து கொள்வதும் அவரிடம் இயல்பாய் அமைந்த சிறப்புகள். குழந்தைகளைப் பேணி வளர்ப்பதற்காகத் தனது பணியினைத் துறந்த மனைவியை ஆறு குழந்தைகள் பிறந்த பிறகு ஆசிரியராக மீண்டும் கற்பித்தலைத் தொடரத் துணை நின்றது, அவர் தன் மனைவியின் விருப்பத்திற்கு மதிப்பளித்த பெருந்தன்மையைக் காட்டுகிறதல்லவா?

ஒரு புகழ்பெற்ற நாளிதழின் கட்டுரையில் தன் பெற்றோரைப் பெருமிதத்துடன் குறிப்பிட முடிகின்றதெனில், நிர்மலாவின் குடும்பத்தில் சமத்துவமும் புரிதலும் தழைத்துத்

நீசமாக எண்ணாதே நீச்சலடிக்கக் கற்றுக்கொடு

செம்புலப் பெயல் நீர் போல் இணையரின் அன்பு நெஞ்சங்கள் தாம் கலந்தனவே என்று அரிதியிட்டுச் சொல்ல முடிகிறது, அந்த முன்மாதிரிக் கணவரை நாமனைவரும் சேர்ந்து மனதிற்குள் ஒரு மணித்துளி பாராட்டி வாழ்த்துவோம்.

அடிமைத்தனமற்ற பெண் விடுதலை என்பது உண்மையில் எதைக் குறிக்கிறது? கணவன் மனைவி இருவரும் மனதால் ஒன்றிப் பாசமும் நேசமும் பொங்கிட வாழும்போது அவரவர் சுயம் காப்பாற்றப்பட வேண்டும். குறிப்பாக, மனைவிக்கும் சுயம் உண்டு என்பது கணவனால் உணரப்பட வேண்டும். விருப்புகள் மட்டுமல்ல, வெறுப்புகளும் இருக்கலாம்; தனிப்பட்ட ஒரு கருத்தோ மனப்பான்மையோ கொண்டிருக்கலாம். குடும்பம் சார்ந்து சிந்தித்தல், திட்டமிடுதல், செயல்பாடுகள் போன்றவற்றில் மனைவிக்கும் பெரும் பங்கு உண்டு என்பதைக் கணவன் ஏற்றுக்கொள்ள வேண்டும்.

ஒரு பெண்ணுக்குப் புகுந்த வீட்டில் கிடைக்கும் அங்கீகாரமும் மரியாதையும் குடும்பத்தில் மட்டுமல்ல, சமூகத்திலும் நல்ல மாற்றங்களைக் கொணரும் காரணிகளாகின்றன. சாரணி பிடிக்கும் கைதானே என்று அலட்சியப் படுத்துதல் தொலைந்தால், நிலவையே எட்டிப் பிடிக்குமளவிற்குச் சாதனை படைக்கும் வல்லமை பெற்றவர்கள் தமிழ்க் காரிகைகள்.

ஆதி காலத்தில் குழந்தை பெற்ற தாயின் பால் வாடையையும், மாத விலக்கான பெண்களின் குருதி வாடையையும் மோப்பம் பிடித்துக் கொடிய விலங்குகள் மனிதர்களின் இருப்பிடம் தேடி வந்து தொல்லை தந்தன. அதற்குப் பயந்து, பெண்கள் மற்றும் குழந்தைகளைப் பாதுகாப்பாக வீட்டில் தங்க வைத்துவிட்டு வேலை தேடிப் பொருளீட்டச் செல்லத் தொடங்கியது ஆண் சமூகம்.

குழந்தைகளையும் பேணி, குடும்ப வேலைகளையும் நாடிச் சிறப்பாகச் செய்தனர் பெண்கள். நாளடைவில் வீட்டை நிர்வகிப்பதும், சமைப்பதும், துவைப்பதும், கழுவுவதும், அலசுவதும் பெண்களுக்கானவை என்று ஒரு எழுதாத சட்டத்தை உருவாக்கிப் பெண்களுக்கான கடமைகள் இவையெனக் கட்டமைப்பு செய்யப்பட்டுவிட்டது.

ஒரு கட்டத்துக்குள் அடைக்கப்படும் பெண்பிள்ளைகள், தமக்கென ஒரு வட்டம் வரைந்து, வரம்பு மீறாமல் ஆட்சி செய்யும் காலம் வந்துகொண்டிருக்கிறது. தாம் வரையும் வட்டத்தின் ஆரத்தைப் பெரிதாக்கிக்கொண்டே சென்று பல சாதனைகள் புரியவும் வாய்ப்புகள் கனிந்து கொண்டிருக்கின்றன. பகுத்தறிவுத் திறத்தாலே இந்தப் பாரை ஆளத் தன்னைத் தயார்ப்படுத்திக் கொண்டிருக்கிறது இளைய சமுதாயம். முடிந்தால் இணைந்து வடம் பிடியுங்கள்; இல்லையேல், விட்டுவிடுங்கள்; அவர்களே சாரதியாகிச் சாதனைத் தேரினில் வலம் வரட்டும்.

●●●

19

வட்டத்திற்குள் சிக்கிய ஆணினம்

மகாராஷ்டிர மாநிலத்தில் அண்மையில், ஒரு பொதுக் கூட்டத்தில் உரையாற்றும் போது முன்னாள் குடியரசுத் தலைவர் பிரணாப் முகர்ஜி, "சகிப்புத் தன்மையே இந்தியாவின் பலம்" என்று தெரிவிக்கின்றார். செய்தி ஊடகங்களில் முக்கியத்துவம் பெறுகின்றது இந்தச் சொல். இதையே நம் நாட்டின் பெருமையாகச் சொல்லிச் சொல்லியே எல்லையில் சீனாவின் ஊடுருவலையும் பாகிஸ்தானின் அத்துமீறலையும் கூடச் சகித்துக் கொண்டு பொறுமையாக இருந்து வருகிறோம். காஷ்மீரத்திற்கும் ஓர் உறுதியான இறுதித் தீர்வு காண முடியாமல் தவிக்கிறோம்.

நாடு முழுமைக்கும் கூறப்பட்டு வருகின்ற இதே பொறையுடைமையும் சகிப்புத் தன்மையும் இல்லறத்தை நல்லறமாகப் பேணும் பெண்களுக்கும் இன்றியமையாதன; இரண்டு கண்களெனத் தகும் என்று ஆண்வர்க்கத்தின் சுயநல விரும்பிகளால் சொல்லிவைக்கப்பட்டது. சினமென்னும் சேர்ந்தாரைக் கொல்லி ஆண் மகனின் லட்சணம் என்னும் நிலையும் ஆணாதிக்கப்

போக்கினால் உருவாக்கப்பட்டது. மீசை முறுக்கி, கண்கள் சிவந்து, நெஞ்சை நிமிர்த்திக் கோபம் கொப்பளிக்க லாவா வார்த்தைகளை உமிழத் தயாராக இருக்கும் மனித எரிமலையாக நிற்பவனே வீரத் தமிழன் என்று முத்திரை குத்தப்பட்டது.

அப்பொழுது பெண்கள் நிலை எவ்வாறு தீர்மானிக்கப் பட்டது தெரியுமா? கணவன் அடித்தாலும், உதைத்தாலும், கொடுஞ்சொற்கள் வீசினாலும், பெற்றோரையும் உடன் பிறந்தோரையும் தூற்றினாலும் இவள் தலை குனிந்து, கண்கள் தாழ்த்தி, வாய்பொத்தி, மறுமொழி பேசாது, ஊமையாய்க் கண்கள் நீர் சொரியக் கேட்டுக்கொள்ள வேண்டும்; அவளே நல்லில்லக் கிழத்தி என்று கூறப்பட்டது.

இப்படியே எத்தனைக் காலம்தான் ஏமாற்றுவார் இந்த நாட்டிலே? என்று நினைக்கையில், காதலையும் வீரத்தையும் மையப் படுத்தி இயற்றப்பட்ட சங்கப் பாடல்களிலும் இந்தப் போக்கு நிலவியது மனத்தை நெருடிச் சிந்தனையில் ஆழ்த்தியது. தொல்காப்பியர் காலத்தில் நிலவிய சமூகச் சூழல் தெளிவாகத் தெரிகிறது. அவர் அளித்திருக்கும் பாடல் ஒன்றில், தலைவியின் மாண்புகளைக் காக்கும் நற்குணங்கள் பட்டியலைப் பார்ப்போமா?

"கற்பும் காமமும் நற்பார் ஒழுக்கமும்
மெல்லியற் பொறையும் நிறையும் வல்லிதின்
விருந்து புறந்தருதலும் சுற்றம் ஓம்பலும்
பிறவும் மன்ன கிழவோள் மாண்பு"

கணவனைப் பேணும் கற்பும், காதற்பண்பும், ஒழுக்கமும், மென்மைத் தன்மையால் பிறர் குறை பாராட்டாத பொறையுடைமையும், விருந்தினரைப் போற்றுதலும், உறவினரைப் பேணிக் காத்தலும் முதலியவை தலைவியின் மாட்சிமைகளாம் என்று பெண்டிர்க்குத் தொல்காப்பியம் காட்டும் கற்பிலக்கணம் இப்படி இயல்பாக அமைந்திருக்கிறது.

மென்மைத் தன்மையும் சகிப்புத் தன்மையும் தாண்டி, மேரு மலையையும் தகர்க்கும் வல்லமை பெற்றவர்கள் இன்றைய பெண்கள் என்று பல துறைகளில் படிப்பிலும் பணியிலும் புகுந்து சாதனைகள் பல கண்டாலும் மேற்கூறிய குணங்களனைத்தும்

அவர்களுக்கு மட்டுமே உரித்தானவை என்று இன்றைய ஆண்பிள்ளைகள் வரை அனைவரும் உறுதியாக எண்ணிக் கொண்டிருக்கின்றனர்.

இப்பொழுது கூறுங்கள், ஒரு குறுகிய வட்டத்திற்குள் அடைபட்டுக் கிடப்பவர்கள் ஆண்களா? பெண்களா? பெண்ணைப் பற்றிய ஆண்களின் எண்ண ஓட்டங்கள் அவளது உடலை மட்டும் சுற்றி வந்து தேங்கிக் கிடக்கின்றன. பெண்ணுக்குக் கட்டுப்பாட்டுக் கட்டடங்களை உருவாக்கி அதற்குள் அவளை நிறுத்தும்போது ஆண்களைச் சுற்றி வட்டமொன்று தானாகவே உருவாதலை அறியாமல் போகிறார்கள்.

பெண்ணின் உரிமைகளை மட்டுமல்ல, உணர்வுகளையும் வலிகளையும் புரிந்துகொள்ள ஆண்கள் தங்களின் எல்லை தாண்டி வர வேண்டும். வட்டமையத்தை நோக்கிக் குறுகிய மனப்பான்மைகள் இழுத்தாலும் பரந்த மனப்பான்மை என்ற எல்லை கடந்த புறவெளிக்கு வாருங்கள். வலிந்து கண்களை மூடிக்கொள்ளும் ஆண்பூனைகளுக்குப் பெண்ணுலகம் இருளடைந்ததாகவே தெரியுமன்றோ?

பெண்களுக்கெனத் தனியாக ஓர் உலகம் உண்டு என்பதை உணர முற்படுங்கள். பகலிலும் இரவிலும், கனவிலும் நினைவிலும் கற்பனைக் கோட்டைகளும், கண்ணாடி மாளிகைகளும் கட்டி அரசாட்சி செய்துகொண்டிருந்த பெண்களின் அன்றைய தலைமுறை, கல்வியையும் துணிவையும் இன்றைய பெண்களுக்குப் போர்க் கருவிகளாய் அளித்துச் சென்றிருக்கிறது.

அறியாமையுடன் போரிட்டு அறிவுக்கண் திறக்கப்பட்ட பெண்களும்கூட ஆதிக்க மனப்பான்மையினருடன் மன்றாடிக் கணவனின் கருணைக்காகக் கண்ணீருடன் சமர் புரியும் போர்க் களங்களாகவே பல குடும்பங்களின் நடுக்கூடங்கள் காட்சியளிக்கின்றன. சமாதானக் கொடியைப் பறக்கவிட விரும்பினால் களப்பலியாகக் கொடுக்க வேண்டியது மனைவியின் உரிமைகள். இப்படிச் சுயம் இழத்தலும் சகிப்புத்தன்மை என்றே கொள்ளப்படுகிறது. சமயத்தில் தியாகம் என்ற சமயோசித வண்ணமும் பூசப்படுகிறது.

இருபாலருக்கும் எனத் திருவள்ளுவர் பொதுவில் வைத்த பொறையுடைமையும் பெண்மைக்கான அணிகலன் என்று திருப்பப் பட்ட கதை தெரியுமா உங்களுக்கு?

"அகழ்வாரைத் தாங்கும் நிலம்போலத் தம்மை
இகழ்வார்ப் பொறுத்தல் தலை"

என்று வள்ளுவம் கூறுகிறது. இதன் பொருள், தன் மேல் நின்று தன்னைத் தோண்டுபவரையும் தாங்கும் நிலம் போலத் தம்மை இகழ்வாரையும் பொறுத்துக் கொள்ளுதல் சிறந்த அறமாகும் என்பதாகும். இந்தக் குறளும் குறளுக்கான உரைகளும் பால் வேறுபாடு பற்றி எதுவும் பேசவில்லை. இருபாலருக்கும் பொதுவில், பொறையுடைமை அறம் என்பதே பொருளாகின்றது.

நானறிந்தவரையில், மணக்குடவர், பரிமேலழகர், மு.வரதராசனார், சாலமன் பாப்பையா உள்ளிட்ட உரையாசிரியர்கள் எவரும் எழுதாத கூற்றொன்று இக்குறளை விளக்கும் முகத்தான் வெகுகாலமாக உலா வந்து கொண்டிருக்கிறது. நம்மைத் தாங்குகின்ற நிலத்தைப் பூமாதேவியென்று உருவகப் படுத்தினர்; பரவாயில்லை. பூமாதேவி போல் பெண்கள் பொறுமையாக இருக்கக் கடவது என்னும் கருத்து வாய்மொழி உரைகளில் இடம் பெற்றுப் பரப்பப்படுவது அதிர்ச்சியளிப்பதாக இருக்கிறது.

பெண்கள்தாம் இகழ்வாரைப் பொறுத்துக் கொள்ள வேண்டும்; கணவன் எப்படிப்பட்ட குணம் வாய்ந்தவனாக இருந்தாலும் சகித்துக் கொள்ள வேண்டும் எனத் தங்களுக்குச் சாதகமான ஒரு வதந்தியை அனுமன் வாலில் கட்டி ஊருக்குள் பரப்பிய இராவணன் யாரோ தெரியவில்லை. உண்மையில் சகிப்புத் தன்மையும் பொறுமையும் ஆண்களுக்கும் கைவரப் பெற்றால், கல்வியில், நட்பில், தொழிலில், குடும்பத்தில் என எவ்விடத்தும் அவர்கள் எண்ணியவாறு உயர்வு பெற்று வெற்றி நடை போடலாம்.

இப்படிக் கூறுமிடத்து, பெண்களுக்கு இப்பண்புகள் தேவையில்லையா? அவர்கள் பொறுமைசாலிகளாக இருக்க வேண்டாமா? என்று கேட்கத் தோன்றுகிறதா? இது நியாயமான கேள்வி. நான் முன்னர் கூறியது போல், மகாகவி பாரதி கற்பு

நீசமாக எண்ணாதே

நிலையினை இரு கட்சிக்கும் பொதுவில் வைத்தது போல், நற்குணங்கள் அனைத்தையும் அனைவருக்கும் பொதுவுடைமை ஆக்குங்கள். பெண்களுக்கானவை என்று அலங்காரமாகவோ ஆதிக்கமாகவோ சொல்லி மறைமுகப் பெண்ணடிமையினை ஆதரிக்காதீர்கள்.

ஒருவர் பொறை; இருவர் நட்பு என்பது நல்ல குடும்ப வாழ்க்கைக்கும் பொருத்தமாகட்டும். கணவன், மனைவி இவர்களில் சூழ்நிலைக்கேற்றாற் போல் ஒருவர் பொறுத்து, சகிப்புத் தன்மையுடன் விட்டுக்கொடுத்தால், இருவருமே ஊடல் மறந்து மகிழ்ச்சியாகக் கூடி வாழலாமே.

அன்றாட வாழ்க்கையில் பெண்களின் நிலை என்ன தெரியுமா? பொது இடங்களில் தாம் கடந்து வரும் பெண்களிடமெல்லாம் மரியாதையுடனும் நட்புடனும் சாதாரணமாகப் பேசிப் பழகும் ஆண்களிடம் கூட மனைவிக்கு மரியாதை தர வேண்டும் என்ற எண்ணம் உதிப்பதில்லை. அவளது கருத்துகளையும் கவனத்தில் கொள்ளலாம் என்று தோன்றுவதில்லை. தான் சொல்வதெற்கெல்லாம் ஆமாம் சொல்லி ஒத்து ஊத வேண்டும் என்று மட்டும் எதிர்பார்ப்பது அநியாயமல்லவா? களிமண் கொண்ட தலையாட்டி பொம்மைகளாக ஆட்டிப் படைப்பது காதல் மிகு கணவன்மார்க்கு அழகாகுமா?

திரு.வி.கலியாண சுந்தரனார், "யான் பெண்ணின் வயிற்றில் தோன்றினேன். பெண்ணுடன் பிறந்தேன். பெண்ணுடன் வாழ்ந்தேன். என் வாழ்விற்கு நாள்தோறும் துணை புரியும் இயற்கை பெண்ணாகவே காட்சியளிக்கிறாள். யான் தொழும் அன்பு தெய்வமும் பெண்ணாகவே இருக்கிறது. இத்தகைய பெண் தெய்வத்தை முதன்மையாகக் கருதுகிறேன்" என்று வெளிப்படையாகக் கூறியிருக்கிறாரே, சிந்தித்துப் பாருங்கள். கருவறை முதல் கல்லறை வரை ஆண்களின் வாழ்க்கை ஏதேனும் ஒரு விதத்தில் பெண்களைச் சார்ந்ததாகவே இருக்கிறது. குப்புற விழுந்தாலும் மீசையில் மண் ஒட்டவில்லை என்னும் மனப்பான்மையில் திரிகிறவர்களால் இதனை ஏற்றுக்கொள்ள முடிவதில்லை.

தாயைத் தெய்வமாகப் போற்றும் ஆணுமே தன் மனைவியை உடன் உறைபவளாகப் பார்ப்பதில்லை. ‘ஏய்’, ‘இந்தா’ என்று அதட்டலாகக் கூப்பிட்டுக் கொண்டு, கால்நடை மேய்ப்பவர்களெனத் திரிகின்றார்கள். மனைவியைப் பெயர் சொல்லி அழைத்தால் சற்று கவுரவக் குறைச்சலோ? தெரியவில்லை எனக்கு.

மனைவி அருந்ததியைக் ‘கண்ணம்மா’ என்று அழைக்கும் மாமா தஞ்சை தமிழ்ச் செல்வன் இவர்களில் வித்தியாசமானவர். கணவன் மனைவிக்கு இடையே இருதலைப் புரிதல் ஏற்பட்டதன் அழகிய வெளிப்பாடு இது. அவர்கள் இருவரின் அன்பகத்துத் துளிர்த்த இல்வாழ்க்கையில் ஆழமான காதலும் ஒருவரையொருவர் காத்துப் போற்றுதலும் குடும்பத்தில் பலருக்கும் மகிழ்ச்சி தருவதாகவும், முன்னுதாரணமாகத் திகழ்வதுமாகவும் இருக்கிறது. அன்பு மற்றும் பாதுகாத்தல் என்னும் இரு வழிச் சாலையில் அவர்களின் வாழ்க்கைப் பயணம் சீராகச் சென்று கொண்டிருக்கிறது.

சாலை என்றதும் எண்வழிச்சாலை அமைப்பதற்காக எளிய மக்களின் வாழ்வாதாரம் பறிபோய்க் கொண்டிருப்பதை எண்ணாமலிருக்க முடியாது. குடும்ப விளக்கில் பாரதிதாசன்,

“பெண்கட்குக் கல்வி வேண்டும்

உலகினைப் பேணுதற்கே”

என்று பாடினாரல்லவா? தனது நிலம் ஆக்கிரமிக்கப்படுவதை எதிர்த்து, துணிச்சலாகக் குரல் கொடுத்துக் காவல் துறையிடமும் போராடிக்கொண்டிருக்கும் பெண்களை அங்கு பார்க்கும் போது, தனது சமூகத்தைப் பாதுகாக்கக் களமிறங்கியிருக்கும் பெண்ணினத்தின் வேகத்தில், அவரது தொலைநோக்குப் பார்வை உண்மையாகி வருவது தெரிகிறது. அரசியல் களமும் சமுதாயப் போராட்டமும் ஆண்களால் மட்டும் முன்னெடுத்து நடத்தப்பட்ட காலம் மறைந்துவிட்டது.

காடு கழனியில் வியர்வை சிந்தி உழைத்தாலும், நாகரிக உலகில் புடவை மடிப்பு கலையாமல் பணிபுரிந்தாலும் பெண்கள் குடும்பத்திலும் தமது அன்றாட வேலைகளை எல்லாம் திறம்படச் செய்து முடிக்கும் ஆற்றல் வாய்ந்தவர்கள். நடமாடும் சுமைதாங்கிக் கற்களாக ஓடிக் கொண்டேயிருக்கும் வல்லமை படைத்தவர்கள்.

நீசமாக எண்ணாதே நீச்சலடிக்கக் கற்றுக்கொடு 157

அவர்களது மன வலிமை மலையினும் மாணப் பெரியது. அவர்களின் எதிர்பார்ப்பெல்லாம் சரியான அங்கீகாரம் மட்டுமே.

தனக்கு மறுக்கப்படும் உரிமைகளைப் போராடியேனும் பெற்று, தனக்குரிய இடத்தில் தலை நிமிர்ந்து நிற்க விழைகிறது பெண் மனம். கணவனின் அன்பும் அரவணைப்பும் இதமான சொற்களும் கிடைக்கப் பெற்றால், அதைப் பன்மடங்கு பெருக்கித் திருப்பிக் கணவனைப் போற்றுவது மட்டுமல்ல, அந்த ஆனந்தக் களிப்பில் இன்னும் பல சாதனைச் சிகரங்களை எட்டிப் பிடிக்கவும் முடியும்.

அன்று பாரதி கேட்டபடி 'வாய்ச் சொல் அருளீர்'; வாழ்வே சுகமாகும் என்பது தெரியும்.

"பெண்களும் ஆண்கள் தாமும் பெருந்தமிழ் நாடு தன்னில்

தண்கடல் நிகர்த்த அன்பால் சமானத்தர் ஆனார் என்ற

பண் வந்து காதிற் பாயப் பருகு நாள் எந்நாளோ?"

என்று பாவேந்தன் எழுப்பிய வினாவிற்கு என்ன பதில் தரப் போகின்றோம்? அவரின் கனவு பலிக்கும் நாள் விரைவில் வர வேண்டும். அன்புப் பெருக்கு ஒன்றே இரு பாலினத்தவரையும் ஆர்க்கும் பூமாலை என்பதைப் புரிந்து தெளிந்தால், மேடு பள்ளங்களைக் கடந்தும் வற்றாது ஓடும் பெரு நதியாய் வாழ்க்கை சுகதுக்கங்களில் தோய்ந்து, கலகலவென மகிழ்ச்சியில் சலசலத்துத் தொடர்ந்து ஓடிக்கொண்டே இருக்கட்டும். நதியிலாடும் மீன்களாய்ப் பெண்கள் வலையறுத்துப் பயமின்றித் துள்ளியும் சுற்றியும் நீந்திக் களிக்கட்டும்.

20

பெண்மை வெல்ல வேண்டும்

வெல்லும் சொல்லாக ஒரே ஒரு சொல், கணவரின் கோபத்தைத் தணித்து இயல்பு நிலைக்கு மீள அன்றொரு நாள் தேவைப்பட்டது. நொடியில் தோன்றியது, "சிங்கமே" என்றழைத்தேன். தாமதமின்றிப் பதில் வந்ததில் மகிழ்ச்சி, "ம்...என்னப்பா" என்று. உடனே நான், "நீங்க என்ன சிங்கமா? ஆமென்றால் நான் புலியா?" பட்டெனத் தெறித்தது அவரின் பதில் : "அதெல்லாம் இல்லை, நீ புலித்தோல் போர்த்திய பசு". திடுக்கிட்டுப் போனேன் நான்.

புலியென்று ஒத்துக் கொண்டிருந்தால், கூர்நகங்களால் பிராண்டுபவளா? சதையைக் கீறிக் கிழிப்பவளா? என்றெல்லாம் ஒரு சண்டை கூட போட்டிருக்கலாம். ஆனால் இப்படிச் சொல்லிவிட்டாரே! சரி இது எனக்கு மட்டுமானதா? ஒட்டு மொத்தப் பெண்ணினத்திற்கே பொருந்துமா?

வீரதீரச்செயல்கள் செய்யாவிட்டாலும் வாழ்க்கையை வழி நடத்துவதிலும், பிரசினைகளைச் சந்திக்கும் போது விரைந்து

சரியான முடிவெடுக்க வேண்டிய காலகட்டத்திலும், இக்கட்டான சூழ்நிலைகளைச் சமாளிக்கும் போதும் பெண்களுக்குத் துணிவு நிச்சயமாகத் தேவைப்படுகிறதே.

புல்லினம், புள்ளினம் என்றெல்லாம் ஒப்புமைப்படுத்தித் தாழ்த்தி மகிழ்ந்த நிலையினின்று சற்றே உயர்த்தி சாதுவாகத் தன் வாழ்க்கையை நகர்த்தும் பசுவென்று சொன்னதும் என் மனம் பலவற்றையும் அசை போடத் துவங்கியது. "சாது மிரண்டால் காடு கொள்ளாது" என்ற மூத்தோர் வாக்கும் நினைவுக்கு வந்தது. ரௌத்திரம் பழக வேண்டும் இன்றைய பெண்கள். தேவையான நேரத்தில் தன் உயிர், உடைமை, மானம் இவற்றைக் காக்கப் புலியெனப் பாய்ந்து போராடுதல் தவறில்லை. எதிரியின் முகத்திரையையும் சதைத் திரளையும் பிய்த்து எறியும் வல்லமை பெற்ற மனமும் கைகளும் வேண்டும்.

ஜான்சிராணியாகவும், வேலுநாச்சியாராகவும் மனப்புரவியேறி வாள் சுழற்றும் பல பெண்களும் இயல்பு வாழ்க்கையில் பேச இயலா மௌன குருவாக, கண்ணீர்ப்பூக்கள் உதிர்க்கும் பன்னீர் மரமாக, கன்றுக்கும் பால் புகட்ட இயலாத சாதுப் பசுவாகவே வளைய வருகிறார்கள் என்பதுதானே உண்மை.

கணவனும் மனைவியும் சிங்கமும் புலியுமாகச் சீறிப்பாய்ந்து சண்டையிட்டுக் கொண்டேயிருந்தால், அலைக்கழிப்பு அலைகளடிக்கும் பிறவிப் பெருங்கடலில் குடும்பக்கப்பல் நீந்திக் கரையேறுவது எங்ஙனம் சாத்தியப்படும்? கணவன் இருந்தாலும் ஆயிரம் துன்பங்கள், இறந்தாலும் ஆயிரம் துன்பங்கள் என்பதே மனைவிக்கு வாழ்க்கை நியதியாகிறது. தனக்கு விதிக்கப்பட்ட எல்லையைத் தாண்டாமல் பெண்கள், "வாங்கக் குடம் நிறைக்கும் வள்ளல் பெரும் பசுக்களாகக்" கட்டுத்தறியிலேயே வாழ்ந்து வருகிறார்கள்.

குடும்பத்தின் மகிழ்ச்சியேற்றத்தை மனதில் தவம் பூண்டு, தன் விருப்புகளைத் திரியாக்கித் தியாகதீபங்களாய் ஒளி பாய்ச்சி வருகிறார்கள். ஆண்களும் குலவிளக்கு என்று பெருமைப்பட்டுக் கொள்கிறார்கள். அவர்களுக்கு ஈடாக என்ன தரப் போகின்றார்கள்? பொன்னகை வேண்டாம்; ஒரு சிறிய புன்னகையை எப்போதும் பரிசாகத் தரலாம். பட்டாடைகள் வேண்டாம்; பாராட்டுச்

சொல்லோடையைத் தவழ விடலாம். உதவிக்கு வேண்டுமானால் கவியரசர் கண்ணதாசனின் வரிகளை அழைத்துக் கொள்ளுங்கள்.

“உன்னைக்கரம் பிடித்தேன்
வாழ்க்கை ஒளிமயமானதடி.
பொன்னை மணந்ததனால்
சபையில் புகழும் கூடுதடி.
காலச்சுமைதாங்கி போல
மார்பில் எனைத் தாங்கி
வீழும் கண்ணீர் துடைத்தாய்.
அதிலென் விம்மல் தணிந்ததடி
ஆலம் விழுதுகள் போல்
ஆயிரம் உறவுகள் இருந்தென்ன
வேரென நீயிருந்தாய்- அதில் நான்
வீழ்ந்துவிடாதிருந்தேன்”.

மனையாளைப் பாடும் இப்பாடலில் ஓரிரண்டு வரிகளையாவது கூறி, அவள் அருமையை அவள் இருக்கும்போதே அறிந்திருப்பதை வெளிப்படுத்தலாமே.

சமீபத்தில் கவிஞர் மனுஷி பாரதியின் முகநூல் பதிவொன்றில், தமிழ்த் திரையுலகில் வெற்றிக்கொடி நாட்டிய ஜோதிகாவின் படத்தைப் பார்த்து “சூர்யா பொண்டாட்டி” என்று குறிப்பிடப்படுவதாகக் கூறியிருந்தார். தனது புகழையும் பெருமையையும் மட்டுமல்ல, தன் சுயத்தையும் தனக்கான அடையாளத்தையும் இழந்துதான் மனைவியாக வாழ வேண்டியிருக்கிறது.

இப்படி, எல்லாம் இழந்த பெண்களுக்கு என்ன அங்கீகாரம் தரப் போகின்றோம்? அவள் சுமங்கலியாக இறந்தபிறகு, சகல மரியாதைகளும் செய்து, பட்டுடுத்தி, பூச்சூடி, மஞ்சள் பூசி, குங்குமத் திலகமிட்டுக் கணவனது இனத்திற்குச் சொந்தமான இடத்தில் புதைப்பதோ எரிப்பதோ மட்டும் சரியாக நடக்கிறது. இதுதான் அவள் பெறும் பெரும் பேறா? கொஞ்சம் சிந்திக்கலாமே.

நீசமாக எண்ணாதே நீச்சலடிக்கக் கற்றுக்கொடு

மனைவியுடன் வாழும் காலத்திலேயே அவளை மதித்துப் போற்றவும் மகிழ்ச்சியில் ஆழ்த்தவும் கணவன்மார்களுக்குச் சில குறிப்புகள் தரட்டுமா?

- கணவன் என்ற கர்வம் தவிர்.
- கொடுப்பவன் என்ற இறுமாப்பு விலக்கு.
- காரியம் யாவினும் கை கொடுக்கக் கற்றுக்கொள்.
- ஆத்திரம் மறந்து அன்பு செய்.
- சொல்வதைச் செவி மடுத்துக் கேள்.
- மதுவை மறந்து மனைவியிடம் காதல் கொள்.
- அகத்தைத் தொலைத்து, விட்டுக்கொடுக்கத் தொடங்கு.
- தாம்பத்தியம் தாண்டி இதயம் தேடு.

புத்தரின் கொள்கைகள் போன்ற இந்தக் குறிப்புகளில் சிலவற்றைப் பின்பற்றி மனைவியைக் கணவன் அரவணைத்துச் சென்றால், அவள் தனதன்புக் கரங்களை நீட்டி மொத்தக் குடும்பத்தையும் அரவணைத்துச் செல்வாள். தொண்டைக்குள் விடம் தேக்கிய நீலகண்டனாக வாழ்வதிலிருந்து மீண்டு, அனைவர்க்கும் தாயாகி, யாதுமானவளாகி, குடும்பமெங்கும் நிறைந்து குடும்பம் முழுமையையும் தன் சுமையாக எண்ணாமல், மகிழ்ச்சியாக ஏந்தித் தாங்குவாள் என்பது உறுதி.

தன் மீது பெருமதிப்புக் கொண்டு, தான் ஒரு மேய்ப்பராகவோ, மீட்பராகவோ அவதாரம் எடுத்து வந்ததாக எண்ணி நடந்துகொள்ளவே ஆண் மனம் விழைகிறது. அவளுக்கு ஒன்றும் தெரியாது என்று அவளைப் பற்றி ஒன்றும் தெரியாமல் கூறிவருவதில் ஓர் ஆனந்த நிலை அடைவதுண்டு. மனதார விட்டுக்கொடுத்து, ஒருவருக்கொருவர் உதவிகள் செய்து, வற்றாத அன்புடன் வளமாக வாழும் வழியைச் சிந்திப்பதில்லை. அடிக்கடி மாமியார் வீட்டுக்குச் சென்றால், தன் ஆளுமைத்திறனும் ஆதிக்கசக்தியும் குறைந்து, மரியாதைக் குறைவு ஏற்பட்டுவிடும் என்று எண்ணிக் கொண்டு கஞ்சிபோட்ட காற்சட்டையாய் விறைப்புடன் திரிவதையே பெருமையாகக் கொள்வதுண்டு. அந்த மிடுக்கில் தொலையும் காதல் பற்றிய ஞானமில்லை அவர்களுக்கு.

புரட்சிக்கவி பாரதிதாசனின் நோக்கில், மனைவியை மனதில் நிறுத்தி, உடனுறை துணைவியாகப் போற்றிக் காதலின்பத்தில் தோய்ந்து அவர் கூறும் உத்தியையும் பார்ப்போமா?

"இவ்வுலகில் அமைதியினை நிலைநாட்ட வேண்டின்,
இலேசுவழி ஒன்றுண்டு; பெண்களை ஆடவர்கள்
எவ்வகையும் தாழ்த்துவதை விட்டொழிக்க வேண்டும்.
மகளிரெலாம் கல்வியறிவு, ஒழுக்கம் உளராயின்,
மருத்துவமே வேண்டாவாம்; பிணிமூப்பு வாரா;
மகளிரெலாம் அரசியலைக் கைப்பற்றி ஆண்டால்,
மாநிலத்தில் போரில்லை; சாக்காடும் இல்லை.
தொல்லையில்லா அவ்வுலகம் நான் வாழும் இல்லம்.
பகையில்லை; அங்கு இன்மையில்லை; பிணியில்லை;
பழியில்லை; என் துணைவி அரசாண்டதாலே."

அப்பப்பா! எவ்வளவு அழகான கற்பனை! ஏற்றுக்கொள்ள முடிகிறதா நம்மால்? நடைமுறைப்படுத்த முடியுமா? ஆனால் கவிஞர் தம் நிலையில் உயர்ந்து உணர்ந்து எழுதி இருக்கிறார். நாமும் முயன்று பார்க்கலாம் என்று உங்கள் முடிவிற்கே விட்டுவிடுகிறேன்.

இவரது ஆசான் மகாகவி பாரதியார் இதே கருத்தை எவ்வாறு வெளிப்படுத்தி இருக்கிறார் தெரியுமா? பெண்ணென்று பூமிதனில் பிறந்துவிட்டால், மிகப்பீழை இருக்குதடி என்று பெண்ணின் சிரமங்களை உணர்ந்து பாடல் வடித்தவரல்லவா அவர்? தன் பாடல்கள் மூலம் பெண் விடுதலைக்கு மட்டுமின்றி, சமுதாயத்தில் பெண்கள் தலை நிமிர்ந்து நிற்கவும் குரலெழுப்பிய புரட்சியாளன் அல்லவா அவர்? கண்ணம்மாவிடமும், செல்லம்மாவிடமும் அவர் கவிதையின்பத்திலும், திருமண வாழ்க்கையிலும் மடை திறந்த வெள்ளம் போல் பேரன்பும் காதல் மொழியும் கொட்டியவராயிற்றே? அவரது கனவே ஆண்களும் பெண்களும் சரிநிகர் சமானமாக வாழ வேண்டும் என்பதுதானே? அவர் கூறுவதையும் பார்ப்போம்.

"ஆணும் பெண்ணும் நிகரெனக் கொள்வதால் –அறிவில்
ஓங்கி இவ்வையந் தழைக்குமாம்".

குடும்பத்தில் பெண்கள், எல்லாவற்றிற்கும் கணவனை எதிர்பார்த்து, கட்டியவனைச் சார்ந்து இருக்க வேண்டிய நிலைதான் தொடர்ந்து கொண்டிருக்கிறது. வீட்டில் எரிவாயு உருளைக்கும், காய்கறி வாங்குவதற்கும் கையேந்தி நிற்கும் நிலை மாறவில்லை. ஆனால், சமுதாயத்தில் இன்று நடக்கும் பல கொடுமைகளையும், பாலியல் வன்முறைகளையும் நோக்கின், கணவனே மனைவிக்குப் பாதுகாப்புக் கேடயமாகவும் நிற்க வேண்டியிருக்கிறது.

மத்திய அமைச்சர் பொன். இராதா கிருஷ்ணன், "பெண்களுக்கு இந்தியாவைவிடப் பாதுகாப்பான நாடு வேறு எதுவும் இருக்க முடியாது" என்று அறிக்கை விடுகிறார். அடுத்த நாளே சென்னை அயனாவரம் பகுதியில் ஒரு மாற்றுத்திறனாளிச் சிறுமி, பல கொடூர மனித மிருகங்களால் ஐந்தாறு மாதங்களாகப் பாலியல் சித்திரவதைக்கு ஆளாகித் துடிதுடித்திருப்பது செய்தி ஊடகங்களில் வெளிவருகிறது. வரமாய்ப் பிறந்த அந்தப் பெண் குழந்தைக்கு எவரிட்ட சாபம் இது? உள்ளுக்குள் கனன்று கொண்டிருக்கிறது பெருநெருப்பு. அந்தக் கல்நெஞ்சக் காமுகன்களைச் சுட்டுப் பொசுக்கிடல் வேண்டும்.

பெண் குழந்தையைத் தெய்வத்தோடும், தேவதையோடும் ஒப்பிட்டு மகிழ்ந்து கொண்டாடும் நம் தமிழ் மரபில், இப்படிக் கீழ்த்தரமான அவலங்களும் ஆங்காங்கே திரைமறைவில் மட்டுமல்ல, பணபலம், அரசியல் செல்வாக்கு, அதிகார வரம்பு மீறல், சாதிவெறி ஆகிய மமதை மறைவிலும் அரங்கேறிக் கொண்டிருக்கின்றன. இந்தக் கொடூரங்கள் வெளிச்சத்திற்கு வந்ததும் பதைபதைக்கின்றோம்; கதறுகிறோம்; கண்ணீர் சிந்துகிறோம்; கருத்துகளைப் பதிவிடுகிறோம். அதற்குப் பிறகு அவரவர் சொந்த வேலைகளில் மூழ்கி விடுகிறோம்.

ஆனால், ஆஸ்திரேலியப் பிரதமர் மால்கம் டர்ன்புல், பாலியல் தொல்லைகளால் பாதிக்கப்பட்ட குழந்தைகளுக்குத் தருகின்ற இழப்பீட்டுத் தொகையை உயர்த்தியிருக்கிறார். தேசத்தின் சார்பில் அக்டோபர் 22ஆந்தேதி அவர்களிடம் மன்னிப்புக் கோரவிருப்பதாகவும் கூறியிருக்கிறார். குழந்தைகளின் பாதுகாப்பிற்கான தேசிய அலுவலகம் திறக்கவும் ஆணையிட்டுள்ளார்.

பிறந்த பொன்னாட்டையே தாயாகப் போற்றும் நம் நாட்டிலோ, சென்ற மாதம் கோவா கடற்கரையில் ஒரு இளம்பெண் பாலியல் வன்கொடுமை செய்யப்பட்டது தொடர்பான கேள்விக்கு, "அரசால் அனைவருக்கும் பாதுகாப்புத் தரமுடியாது" என்று சுலக்ஷனா சாவத் என்னும் ஒரு பெண்மணியே பதிலளித்திருப்பது மிகவும் வேதனை அளிக்கிறது. தனியொரு பெண்ணுக்குப் பாதுகாப்பு இல்லையெனில், இந்தச் சமூகம் வெட்கித் தலைகுனிய வேண்டும்.

பெண்களை வீட்டிலும் நாட்டிலும் பாதுகாத்து அன்பு செய்ய ஒவ்வொரு ஆண்மகனுக்கும் பயிற்சிப் பள்ளியா நடத்த முடியும்? அவர்களை நீசமாக எண்ணாதீர்கள்; எதிர் நீச்சல் போடக் கை கொடுங்கள் என்று அன்புக் கட்டளையிடுகிறேன். வாழுகின்ற மக்களுக்கு வாழ்ந்தவர்கள் பாடமடி என்று தொல்காப்பியர், ஔவையார், பாரதியார், பாரதிதாசன், தந்தை பெரியார் போன்றோரின் கருத்து விதைகளைத் தூவியுள்ளேன். அவை ஆண்மக்களின் மனத்தில் வேர்விட்டு முளைக்கும் காலம் வரும் என்று நம்பிக்கை கொள்வோம்.

அறிஞர் அண்ணாவின் வாசகத்தை இருபாலருக்கும் பொதுவாக இங்கே பதிவு செய்கிறேன் ; "சிந்தித்துப் பார், காலத்தை உற்று நோக்கு, கண் திற, புது வழியில் நட". புரிந்து கொண்டோரெல்லாம் ஒரு புதிய சமுதாயம் படைக்கட்டும்.

பெண்களுக்குக் கவிக்கோ அப்துல் ரகுமானின் தன்னம்பிக்கையூட்டும் எழுச்சிக் கவிதையொன்றைக் காணிக்கையாக்குகின்றேன்.

"போராட்டத்தினால்தான் நீ
துருப்பிடிக்காமல்
இருக்கிறாய்.

போராட்டமே
உன்னைக்கூர்தீட்டும்
சாணைக்கல்லாய் இருக்கிறது.

நீசமாக எண்ணாதே நீச்சலடிக்கக் கற்றுக்கொடு

ஒவ்வொரு
போராட்டத்தின் போதும்
நீ புதிதாய்ப் பிறக்கிறாய்.

ஒவ்வொரு
போராட்டத்திற்குப் பிறகு
உனக்கே நீ தெரிகிறாய்.

உன்னிலிருந்தே உதித்த நீ
உன்னைவிட உயர்ந்த நீ
புதிய நீ!"

உசாத்துணை நூல்கள்

1. **அப்துல் ரகுமான்** : கவிக்கோ கவிதைகள், நேஷனல் பப்ளிஷர்ஸ், சென்னை, மூன்றாம் பதிப்பு, 2017.

2. **ஆயிஷா நடராஜன்.இரா.** : இந்தியக் கல்விப் போராளிகள், புக்ஸ் பார் சில்ட்ரன், சென்னை, முதற்பதிப்பு, 2018.

3. **இறையன்பு.வெ.** : கேள்வியும் நானே பதிலும் நானே, தினத்தந்தி பதிப்பகம், சென்னை, முதற்பதிப்பு, 2017.

4. **கமலாபாசின் (தமிழில் : யூமா வாசுகி)** : ஆண்பிள்ளை யார்? பெண்பிள்ளை யார்?, புக்ஸ் ஃபார் சில்ரன், சென்னை, இரண்டாம் பதிப்பு, 2015.

5.. **கலியாணசுந்தரனார்.திரு.வி.க.** : பெண்ணின்பெருமை, சாரதா பதிப்பகம், சென்னை, ஏழாம் பதிப்பு, 2014.

6. **சந்திரசேகரன்.இரா., சரவணன்.ப.**: பாரதிதாசன் கவிதைகளில் பெண்ணியமும் பெரியாரியமும், நாம் தமிழர் பதிப்பகம், சென்னை, முதற்பதிப்பு, 2007.

7. **சுவாமி விவேகானந்தரின் பொன்மொழிகள்** : (தொகுப்பு) விவேகானந்த கேந்திர வெளியீடு, சென்னை, பதினொன்றாம் பதிப்பு, 2010.

8. **சேதுபதி.சொ. முனைவர்.** கம்பன் ஒரு யுகசாந்தி, பூர்ணிமா பதிப்பகம், சென்னை, முதற்பதிப்பு, 2016.

9. **தமிழ்மதி நாகராசன்** : பாதை மாறிய பழமொழிகள், ஓவியா பதிப்பகம், வத்தலக்குண்டு, முதல் பதிப்பு, 2016.

10. **திருமலை.ப., சிவக்குமார்.இரா.** : (தொகுப்பு) பெண்மை போற்றுதும், பட்டறிவு பதிப்பக வெளியீடு, மதுரை, முதற்பதிப்பு, 2016.

11. **பட்டத்தி மைந்தன்** : புகழ் பெற்ற இந்தியப் பெண்மணிகள், ராமையா பதிப்பகம், சென்னை, ஐந்தாம் பதிப்பு, 2016.

12. **பாரதிதாசன் கவிதைகள்** : மணிவாசகர் பதிப்பகம், சென்னை, ஏழாம் பதிப்பு, 2005.

13. **பாரதியார் கவிதைகள்** : ஸ்ரீ இந்து வெளியீடு, சென்னை. முதல் பதிப்பு, 2002.

14. **பாவேந்தர்** : சஞ்சீவி பர்வதத்தின் சாரல், புரட்சிக்கவி, வீரத்தாய், நாம் தமிழர் பதிப்பகம், சென்னை, நான்காம் பதிப்பு, 2009.

15. **பாவேந்தர் பாரதிதாசன்** : தமிழச்சியின் கத்தி, மணிவாசகர் பதிப்பகம், சென்னை, முதற்பதிப்பு, 1991.

16. **போப்.ஜி.யு.** : திருக்குறள், (தமிழ்- ஆங்கிலம்), நியூ செஞ்சுரி புக் ஹவுஸ் பிரைவேட் லிமிடெட், சென்னை, மூன்றாம் பதிப்பு, 2014.

17. **மாணிக்கனார்.வ.சுப.** : தமிழ்க் காதல், சாரதா பதிப்பகம், சென்னை, ஆறாம் பதிப்பு, 2014.

18. **முருகேசபாண்டியன்.ந.** : (தேர்வும் தொகுப்பும்) பிரபஞ்சன் கட்டுரைகள், டிஸ்கவரி புக் பேலஸ், சென்னை, முதற்பதிப்பு, 2016.

19. **ராஜம் கிருஷ்ணன்** : காலந்தோறும் பெண், நாம் தமிழர் பதிப்பகம், சென்னை, மூன்றாம் பதிப்பு, 2016.

20. **ஜலாலுத்தின் ரூமி** : தமிழில் சத்தியமூர்த்தி. என். : தாகங்கொண்ட மீனொன்று, லாஸ்ட் ரிசார்ட் வெளியீடு, இரண்டாம் பதிப்பு, 2018.

21. **ஜெயகாந்தன்** : ஒரு பிடி சோறு, மீனாட்சி புத்தக நிலையம், மதுரை, பதினான்காம் பதிப்பு, 2015.

22. **ஸ்ரீரசா, வர்த்தினி** : அன்பிலோங்கிய வையம், (தொகுப்பு), காலம் வெளியீடு, மதுரை, முதற்பதிப்பு, 2017.

●●●

குறிப்புகளுக்காக...